Najisikia Kuua Tena

Vitabu Simulizi Sisimka

1. *Najisikia Kuua Tena* – Ben R. Mtobwa
2. *Pesa Zako Zinanuka* – Ben R. Mtobwa
3. *Salamu Kutoka Kuzimu* – Ben R. Mtobwa
4. *Tutarudi na Roho Zetu* – Ben R. Mtobwa
5. *Dar es Salaam Usiku* – Ben R. Mtobwa
6. *Zawadi ya Ushindi* – Ben R. Mtobwa
7. *Mtambo wa Mauti* – Ben R. Mtobwa
8. *Nyuma ya Mapazia* – Ben R. Mtobwa
9. *Dimbwi la Damu* – Ben R. Mtobwa

Najisikia Kuua Tena

Ben R. Mtobwa

Nairobi • Kampala • Dar es Salaam • Kigali

Kimetolewa na
East African Educational Publishers Ltd.
Barabara ya Kijabe
S. L. P 45314, Nairobi – 00100, KENYA
Simu: +254 20 2324760
Rununu: +254 722 205661 / 722 207216 / 733 677716 / 734 652012
Barua pepe: eaep@eastafricanpublishers.com
Tovuti: www.eastafricanpublishers.com

Shirika la East African Educational Publishers lina uwakilisho katika nchi za
Uganda, Tanzania, Rwanda, Malawi, Zambia, Botswana na Sudan Kusini.

Kilitolewa mara ya kwanza na EAEP 1994

Kilitolewa tena 1997, 2003, 2006, 2010
Toleo hili 2017

ISBN 978-9966-46-953-3

Sura ya Kwanza

"Polisi... kikosi cha kumi na mbili... Inspekta Kombora anaongea. Nani mwenzangu? Kwa muda kukawa kimya. Kombora alisikiliza kupumua kwa dalili ya hofu katika chombo cha simu kutoka upande wa pili. "Nani mwenzangu?" akaongeza kwa nguvu kidogo.

"Ni Kombora mwenyewe anayeongea?" iliuliza sauti hiyo yenye wasiwasi kutoka upande wa pili.

"Ni mimi, nani mwenzangu?"

"Ndiye! Mkuu wa kituo hicho sio?"

"Ndiye, tu..."

"Sikiliza Inspekta", sauti ilidakia na kunong'ona haraka haraka, "Nina tatizo zito sana. Sijui kama utaweza kunisaidia."

"Nadhani tunaweza. Tutajie tatizo lako na jina lako ili tujadiliane."

"Jina sitaji," iliongeza sauti hiyo, "na tatizo lenyewe ni zito sana, sio mzaha. Najisikia kuua mtu Inspekta. Najisikia kuua: Na ni lazima niue. Waweza kunisaidia Inspekta?"

"Kuua!" Kombora aliropoka. Katika matatizo yote, hilo kamwe hakulitegemea. Ni rahisi mtu kupiga simu polisi na kusema "mtu anataka kuniua". Ni rahisi pia mtu kudai "nilimwona fulani akiua," lakini "nataka kuua" lilikuwa jipya kwa Inspekta Kombora. Angeweza kulichukulia suala hilo kama mzaha; kwamba ni chizi au mlevi mmoja ambaye ameamua kuwasimua polisi. Lakini uchizi au ulezi haukuwemo kabisa katika sauti hiyo. Ilikuwa sauti dhahiri iliyojua kipi inasema. Kwa muda Kombora aliduwaa akiwa hajui lipi amjibu mtu huyo.

"Upo Inspekta?" ilihoji sauti.

"Nipo ndugu yangu," Kombora alijibu kwa unyonge. "Mbona kimya? Huna msaada wowote?"

"Ninao. Sikia rafiki yangu, njoo zako hapa mara moja ili tukae na kulijadili tatizo. Naamini tutakusaidia."

1

"Hilo sifanyi Inspekta. Nikija huna uwezalo kufanya zaidi ya kunitia ndani, nami bado nauhitaji uhuru wangu. Kama huna msaada mwingine..."

"Ninao. Ni hivi? U nani jina lako? Uko wapi? ... Na unayetaka kumwua ni nani ... Kwa nini? .... Haloo! Haloo! ..." Haikumchukua muda Kombora kung'amua kuwa alikuwa akizungumza katika simu iliyokatwa.

"Kwa muda aliendelea kuduwaa, simu mkononi, macho kayakodoa kutazama ukuta uliokuwa mbele yake, akiwaza mengi. Kisha alitua simu na kuinuka. Mara akakumbuka kuwa hakujua anakotaka kwenda. Akaketi na kutikisa kichwa kwa wingi wa mawazo mazito yaliyomjaa ghafla.

Sura ya Pili

Kitenge alizinduka kutoka usingizini kwa kugutuka kidogo. Hakujua kilichomwamsha ghafla hivyo. Akatazama huku na huko kama anayejaribu kutafuta kitu hicho kilichomfanya auache usingizi wake ambao haukuwa na ndoto yoyote. Mara mlango ukagongwa tena, ndipo alipokumbuka kuwa kilichomwamsha ni mlio wa mlango huo. Kwa dalili za uchovu, aliinuka kutoka kitandani na kuvuta taulo iliyokuwa juu ya kiti, akaitanda kiunoni, kisha aliuendea mlango na kuufungua. Mlango huu ulimfikisha ukumbini ambapo alipita kuuendea mlango mkubwa, macho yake yakiipitia saa ya ukutani ambayo ilidai kuwa ni saa kumi na mbili kasoro dakika nne, jambo ambalo lilimshangaza mno, kuona ugeni wa alfajiri kama hiyo.

Aliufungua mlango; aliyesimama hapo nje alikuwa mwanamke ambaye Kitenge, baada ya kumtazama kwa muda, alimkumbuka. Alikuwa Machozi Rashidi. Mwanamke ambaye alipokuwa msichana waliishi jirani na Kitenge wakihusiana kwa njia mbalimbali katika harakati za maisha baina ya wasichana na wavulana.

Kitenge hakujua kama ilimpasa kumkaribisha au la. Kwa kila hali, huyu hakuwa yule Machozi ambaye Kitenge alimfahamu wakati ule. Huyu, wakati ulikuwa umemwathiri sana, na kumtenga mno na Kitenge kiasi cha kumfanya aionee aibu kila dakika ambayo aliendelea kusimama naye hapo mlangoni. Kwani hakuwa mwanamke wa haja hata kidogo. Kama aliwahi kuwa rnzuri, Kitenge hakuiona dalili yoyote ya uzuri iliyosalia katika sura hiyo. Sasa ilikuwa sura kavu, yenye mikwaruzo mingi, macho mekundu kwa athari ya kitu kama gongo au bangi, nywele nyekundu, kavu zenye dalili zote za kutoonja aina yoyote ya mafuta. Na mwili mzima ulikuwa na mikwaruzo juu ya ngozi hiyo kavu na ilikuwa dhahiri kuwa mwanamke huyu aliishi kwenye mazingara yasiofaa. Ngozi hiyo ilifunikwa na mavazi hafifu mno ambayo pamoja na kuwa machafu yalikuwa yamechanika hapa na pale.

"Hunikaribishi Boni?" aliuliza mwanamke huyo. Sauti yake pia ilikuwa tishio jingine, haikuwa ya mwanamke hata kidogo, wala haikumfaa mwanamume. Boni lilikuwa jina la utotoni la Kitenge ambalo sasa lilikuwa limetoweka kabisa baada ya majina mengine kuibuka, majina ambayo yalifungamana na hadhi yake mpya. Kwani sasa Boni alikuwa mwandishi maarufu wa vitabu. Ghafla jina hilo likamkumbusha uhusiano wa kimapenzi waliokuwa nao awali na kiumbe huyu.

"Ingia," akamwambia.

Mwanamke huyo aliingia ndani na kufuata moja ya makochi sita yaliyopangwa kistaarabu katika ukumbi huo. Alitazama kila upande akihusudu hiki na kuvutiwa na kile. Kisha, alimtupia Kitenge macho yake mabaya.

"Hongera," akakoroma kwa sauti hiyo ya kuchukiza. "Kwa?"

"Vitabu vyako. Hukujua kuwa hata sisi washamba ambao hatukusoma kuwa tungeweza kuviona? Ulidhani kuwa tusingeona hata picha nyuma ya vitabu hivyo? Ama hujui kuwa hata redioni vinaongelewa? Pamoja na hayo, ningependa kukujulisha kuwa, ingawa sikusoma sana, naweza kuelewa waandishi wanasema nini katika magazeti yao. Karibu wote wanakusifu. Hongera tena Boni."

Kitenge hakujua kama ilimpasa kufurahi au kuchukia kwa sifa hizo. Kusifiwa halikuwa jambo geni kwake. Tangu alipotoa kitabu chake cha kwanza, MACHOZI YA DAMU, kupata sifa lilikuwa jambo la kawaida. Kitabu cha pili, KIFO USONI, kilimzidishia sifa kemkem, cha tatu na ambacho ni kama cha mwisho katika vitabu vilivyokwishatolewa ALIKUFA ANACHEKA, kilifanya sifa zitapakae pembe zote kiasi cha kumtia katika mashaka ya kukosa nafasi ya kufikiria vitabu vingine. Kila alikopita aliandamwa na 'hongera', yeyote aliyemfahamu alimtupia tabasamu. Waandishi wa habari walimtaka picha na mahojiano mara kwa mara. Katika baa moja aliwahi kuona maandishi yanayosema 'Kondokondo Kitenge zaidi ...' na kadhalika. Hata katika mabasi ilikuwa jambo la kawaida kukuta kikundi cha watu kikizijadili sifa zake.

Naam, kusifiwa kwake sasa lilikuwa jambo la kawaida. Lakini sifa hizi za alfajiri, kutoka kwa mama huyu 'aliyechoka' kwa sauti yake ambayo, licha ya kuchakaa, ilidhihirisha kitu kama kebehi, unafiki au uadui katika sifa hizo, zilimfanya ghafla ahisi jambo lisilo la kawaida katika nafsi yake. Wasiwasi ukamwingia rohoni. Wasiwasi ambao nafasi yake ilipokonywa na hasira, akajikaza kisabuni kumtazama mama huyo huku akisema, "Nadhani hukuja asubuhi yote hii kwa ajili ya kunisifu. Niwie radhi, kama huna zaidi, nenda zako ili nijiandae kwenda zangu kazini."

Machozi akacheka. Kicheko chake kilikuwa kitu kingine cha kutisha, na kilikuwa mbali kabisa na kicheko cha mwanamke, na karibu zaidi na kile cha shetani.

"Nilitegemea utasema hayo," alisema. "Najua umekuwa mtu mkubwa na tajiri sana. Umetoa nakala elfu ngapi hadi sasa? Haikosi una akiba ya milioni benki. Mungu akujalie," akacheka tena. Bila kusubiri jibu la Kitenge, aliongeza, "Ndiyo, nimekuja kukusifu. Kwani hukumbuki kuwa mimi ni mpenzi wako? Hukumbuki kuwa uliniahidi kuwa bila mimi usingeishi? Kwamba lazima tungeona tu. Hukumbuki?"

Kitenge aliduwaa, hakujua mwanamke huyu anaelekea wapi katika maongezi hayo. Hivyo akaamua kunyamaza akimtazama.

Baada ya kicheko kingine Machozi aliongeza, "Nimekuja mpenzi."

Nimekuja kukukumbusha ahadi hiyo; kama umesahau. Nyumba yako hii nimeitafuta mwaka mzima, leo ndiyo nimeipata. Nimefika nyumbani. Kwa hiyo wewe nenda zako kazini utanikuta mkeo nimekuandalia kila kitu. Au ulianza kusahau mapenzi yetu hata ukaoa mke mwingine?"

Bado Kitenge aliamini Machozi alikuwa akimkebehi, hakuwa amesema alilokusudia. Hata hivyo tayari alianza kupandwa na hasira, huku akiificha hasira hiyo katika sauti yake alisema, "Sikia Machozi, mimi sina muda wa kupoteza. Kama umechanganyikiwa, nenda mahala pengine ukazungumze yote unayotaka kuzungumza. Hapa sipo kabisa. Sasa inuka utoke zako."

"Kweli mpenzi? Tuseme umesahau ahadi zako zote?"

"Toka ..."

" ...Umesahau barua zako tamu ..."

" ...uende zako haraka."

"... zenye kila neno la mapenzi na ahadi ya kuishi pamoja?"

"Nasema toka!"

"Pamoja na jinsi nilivyokupenda hata nikajitoa kwako mwili na roho? Umesahau kweli mara hii? Siamini!"

Ana wazimu mwanamke huyu? Kitenge alijiuliza. Mapenzi!

Mapenzi gani hayo ambayo hakumbuki? Kwa kadri ya kumbukumbu zake, neno 'nakupenda' wakati huo lilikuwa moja ya michezo ya kawaida miongoni mwa watoto. Angeweza kumwambia yeyote wakati wowote 'wewe ni wangu wa heri na shari', kadhalika angeweza kusikiliza jibu lolote la msichana yeyote na kuliamini. Halikuwa jambo la ajabu mtu kumwambia mtu 'nikila sishibi kwa ajili yako' au 'usiku silali'. Karibu kila mvulana alikuwa na faili kubwa la barua za mapenzi. Barua hizo zilikuwa zikiandikwa kwa ufundi au kunakiliwa kutoka vitabuni huku zikiwa zimenakishiwa kwa maua ya kuvutia pamoja na kupambwa kwa harufu ya poda.

Machozi alikuwa na akili aina gani hadi leo hii kuendelea kuamini mambo kama hayo?

Mchezo wa mapenzi, vichakani na hata nyumbani ni jambo lililokuwa la kawaida pia. Ingawa Kitenge hakuwa mpenzi sana wa mchezo huo, lakini Machozi alikuwa mmoja tu katika orodha ndefu ya wasichana aliowahi kufanya nao mapenzi. Yalitokea, yakatoweka yeye Kitenge baada ya kufaulu darasa la saba, akiwa mtoto pekee aliyetoka katika kijiji hicho cha Mayange, wilayani Kasulu, alijibidiisha zaidi na masomo yake. Kila aliporudi likizo wasichana wote walimlaki kwa furaha na kuridhia lolote alilotaka; Machozi akiwa mmoja wao. Alipohitimu kidato cha sita na kuanza kazi hapa Dar es Salaam alikata mguu kijini hapo. Hakuwa na 'muda' wa kutosha kumfikisha huko mara kwa mara kutokana na shida ya usafiri. Huu ulikuwa mwaka wake wa sita tangu alipofika huko kwa mara ya mwisho. Likizo ya mwaka huu alikuwa akijiandaa au kutegemea kuwa angeenda. Katika mapya na mageni yote aliyotegemea kuyakuta huko nyumbani, hili hakulitegemea kabisa. "Utatoka katika nyumba hii au hutoki?" aliuliza ghafla. Machozi hakumjibu haraka. Alitazama huko na huku kisha akasema, "Nikisema sitoki nadhani utaniitia mgambo. Vizuri sana. Sasa nitasema dhamira za safari yangu yote hii; ilikuwa ni kukupa hongera, ndiyo, lakini si hongera kwa mafanikio yako ya kuandika vitabu. Ni hongera kwa kufanikiwa kwako kuniharibia maisha yangu. Kwa kunidanganya hata nikadanyanyika na kuamini kuwa ulikuwa wanipenda kumbe la. Hukuishia hapo, ukanijaza mimba na kisha ukaikana. Hongera sana Boni."

Ndipo Kitenge alipokumbuka kuwa aliwahi kupata barua moja kutoka kwa baba au mmoja wa wadogo zake ambaye alidai kuwa amemtia mimba msichana mmoja. Ati aende akamwoe! Wakati huo, Kitenge alikuwa ndiyo kwanza anaanza kazi. Wazo la kuoa, na hasa kumwoa mtu kama huyo, lilikuwa nje ya ratiba yake ya maisha. Hivyo suala hilo alilipuuza. Hakumbuki kuwa aliwahi kujibu barua hiyo. Kumbe ilikuwa kweli? Yaweza kuwa kweli? alijiuliza.

"Nikikuruhusu kusema utaanza kuikana mimba hiyo. Waweza hata kudai kuwa hukuwahi kufanya nami mapenzi japo ni wewe uliyeniharibia ubikira. Napenda kukufahamisha kuwa mwanao alikuwa msichana. Nilimtupa katika mapipa ya takataka za hospitali ya Maweni. Kama walimwokota akiwa hai au maiti sijui. Sikujali. Najua na wewe hujali wala usingejali." Machozi akanyamaza akimtazama Kitenge kuona kama hadithi yake ilimwingia vyema. Alipomwona akitoa macho ya mshangao aliongeza:

"Usiseme unasikitika, najua una moyo wa jiwe kama mimi. Ingawa mimi sikuzaliwa na moyo huo, nimeupata ukubwani kwa haki kabisa ingawa nikiambia hivyo jamii haitanielewa." Akasita kidogo na kuendelea, "Ninachotaka kueleza ni taabu niliyoipita baada ya kumtupa mtoto huyo. Njaa ilinifanya niangukie mikononi mwa mwanamume mwingine. Huyu, tangu awali nilijua ananilaghai, lakini sikuwa na njia ya kumzuia asinitie mimba nyingine. Alipogundua nina mimba aliniepuka, ikabidi niteseke sana kutunza mimba hiyo bila mafanikio. Mwisho, niliamua kumeza dawa za kuitoa. Ilitoka kwa taabu, nami niliponea chupuchupu. Nilipopata nafuu zawadi yangu ilikuwa kifungo cha miaka mitatu. Majuzi tu ndiyo nimetoka jela. Maisha yangu yamekuwa mpira usio na thamani unaochezwa na kila mwanamume atakaye. Nadhalilishwa, naonewa, na kufanywa kiumbe duni asiye na haki ya kuwa hai. Yote hayo ni kwa ajili yako Boni. Ni wewe uliyenivuta katika mkondo huu ukahakikisha siwezi kutoka."

"Mimi" Kitenge aliropoka akiwa hajui la kufanya.

"Wewe!" Machozi alijibu. Sauti yake haikuwa na kebehi tena, wala haikujali kuweka furaha ya kinafiki. Ilikuwa wazi ikitangaza kisasi na uadui. "Wewe!" aliongeza, "Na nilichojia kukuwambia si kukuomba unioe au unipe pesa za kutumia, la. Nimekuja kukwambia kuwa nakuchukia. Ninakuchukia kama ninavyomchukia shetani. Sasa hivi, mimi ni kama maiti ambaye hajaanza kunuka tu. Sina mbele wala nyuma. Lakini kabla sijaoza, nitahakikisha nawe unalipa gharama ya madhambi yako. Lazima twende wote ahera Mungu akatuamulie nani mwenye haki. Nitakuua Boni. Tena kwa mkono wangu huu." Aliutikisa mkono huo huku akiinuka na kuanza kutoka.

Mlangoni aligeuka na kumtazama Kitenge, "Kwa kheri," alisema, "Tutakapoonana tena, ujue ndio mwisho wa uhai wako." Akatoka na kutoweka.

Kitenge alibaki kaduwaa juu ya kiti chake. Aliyemzindua ni mama mwenye nyumba, kikongwe, ambaye huwa hapitwi na neno lolote linalotokea humo ndani au nyumba za jirani. Alibisha hodi na kusimama mlangoni.

"Baba, mwanamke huyo ni nani?" aliuliza.

"Simfahamu. Nadhani ni mwendawazimu" Kitenge alilaghai akiinuka kuelekea bafuni.

"Anasema anakufahamu... jihadhari baba ..." Sauti ya Bimkubwa huyo ilimfuata. Hakujishughulisha kumjibu.

* * * *

Asubuhi hiyo, Kitenge alikuwa mtu wa kwanza kuwasili ofisini. Milango yote ilikuwa imefungwa. Akatumia funguo zake za akiba kufungua na kuingia hadi katika ofisi yake. Alikuwa na maandishi yaliyochorwa kisanii kabisa, juu ya kipande cha ubao kilichowekwa juu ya meza yake yaliyosema, KONDOKONDO KITENGE MANAGING DIRECTOR -- BLACK POWER PUBLISHERS. Zamani maandishi haya yalikuwa yakimvutia sana na aliyatazama Illara kwa mara. Si sa sa ambapo aliweza kushinda ofisini humo macho yake yakitazama na kuona kila kitu isipokuwa maandishi hayo.

Hii ilikuwa ofisi yake. Ofisi ya kampuni ambayo ilikuwa ameanzisha miaka miwili iliyopita, kushughulikia vitabu vyake na vya waandishi wengine ambavyo vilionekana vyafaa. Wazo la kuanzisha kampuni hii lilikuwa limemjia baada ya kuona alivyowatajirisha wachapishaji wake wa awali, huku yeye akimegewa kidogo kutoka katika faida hiyo kubwa, wakati huo huo wakichelewesha uchapishaji wa vitabu vyake bila sababu za kuridhisha. Kitabu chake cha kwanza ambacho alikiandika akiwa shuleni kilikuwa kimesubiri miaka minne ndipo kikatolewa. Cha pili kiliwahi sana, miaka miwili! Tangu alipoanzisha kampuni hii mambo yalianza kumwendea vyema, ingawa yapo matatizo kadhaa yaliyomkwamisha hapa na pale. Alifurahi kupambana nayo mwenyewe badala ya mtu mwingine kumpigania.

Tatizo kubwa ambalo lilimtisha ni lile la kuona kama aliyeelekea kuishiwa na ule uwezo wake wa uandishi. Tangu alipobeba mzigo huo wa Ukurugenzi Utendaji, mtiririko wa mawazo yake ulipungua kasi. Na alipojikongoja hadi kumaliza kitabu washauri wake walidai kuwa hakifai kutolewa. Kwamba kingemvunjia hadhi yake. Ati mambo mengi yalikuwa marudio ya vitabu vya waandishi wengine, hasa wa Magharibi. Jambo hilo lilimtia hofu sana, kuona akielekea katika hatari ya kuishia vitabu vitatu tu ilihali alikusudia kutoa vitabu vingi kama akina James Hadley Chase, Shabani Robert, Ngugi wa Thiong'o na wengi wengine. Aibu iliyoje! Mara kadhaa alijiuliza kama alitumia busara kuamua kuwa mchapishaji badala ya kuacha wachapishaji wake waendelee kushghulikia miswada yake, yeye akishughulikia mawazo mapya.

Akiwaza hayo, Kitenge alikuwa tayari kaketi juu ya kiti chake, kalamu mkononi hafahamu au hajaamua lipi aanze katika shughuli nyingi alizoacha jana. Kulikuwa na mengi ya kufanya. Kuna ule muswada wa kusoma, miswada miwili ya kusahihisha lugha, mmoja wa kumrudishia mtunzi afanye marekebisho, madai ya fedha katika maduka ya vitabu, kuwasukuma wachapaji waliokwamisha vitabu viwili vya hadithi za watoto na kadhalika. Mengi. Hakujua lipi aanze kushughulikia, na lipi liahirishwe tena.

Mara, mawazo yake yakaikumbuka tena ziara ya alfajiri ya yule mwanamke, Machozi. Ana nini? Wazimu au upungufu wa akili? Madai yake yana ukweli kiasi gani? Na hata kama yana ukweli wowote, si yamhitaji mtu mwendawazimu sana kuyafuatilia madai ya aina hiyo! Ati ulinitia mimba miaka mingapi iliyopita, kwa hiyo tangu leo mimi mkeo! Ati nitakuua kwa kuwa ni wewe uliyeniharibia maisha yangu!

Wazimu ulioje! Ghafla, Kitenge akaangua kicheko. Hakujua kama alikuwa akimcheka Machozi alivyochakaa au madai yake yasiyokubalika.

Kitenge akamtazama. Kama kawaida Rusia alikuwa katika moja ya mavazi yake ya thamani zaidi ya mshahara wake, nywele kazitia mafuta au madawa yaliyozifanya zifanane na za Kizungu, kama si Chotara. Ni sura yake tu ambayo Kitenge aliona hairidhishi. Hakumbuki kwa nini alimwajiri mtu mwenye sura kama hiyo kuwa karani wake mahsusi. Kilichomshangaza ni wale watu wakubwa ambao huja mara kwa mara na magari yao kumchukua msichana huyu kwa chakula cha mchana. Hakujua nini wanaona cha haja katika sura hii. Hawaoni kasoro yoyote?

Wakati mwingine alijiona pengine ni yeye mwenye kasoro. Kwani hajawahi kumpenda msichana yeyote kwa dhati. Wote aliotembea nao, na anaotamani kutembea nao, huwatoa kasoro kemkem. Jambo ambalo limemfanya hadi leo hii kutokuwa na mke.

"Naona unaendelea kucheka, vipi? Au tayari umepata hadithi mpya kichwani? Najua wewe huridhishwi na chochote zaidi ya hadithi," Rusia aliendelea.

Mara wazo likamwingia Kitenge; kweli! Tukio la leo asubuhi baina yake na Machozi ni hadithi nzuri sana! Hadithi ya mapenzi! Mapenzi ambayo yatageuka kuwa chuki. Hata jina la riwaya sasa lilielea kichwani mwake. Ataiita MAPENZI HUCHUJA. Naam itakuwa hadithi nzuri. Mwisho? Akajiuliza. Uweje mwisho wake? Machozi alipendekeza mauaji, yeye ataangalia mwisho wa kuridhisha. Akacheka tena.

Safari hii kicheko kilimtia Rusia mashaka, "Mwenzangu! Nadhani tumwite daktari. Tangu nilipoingia husemi lolote, hufanyi lolote zaidi ya kucheka. Sema tumwite kama unaona mambo si ya kawaida," alisisitiza bila mzaha wowote.

"Usiwe juha we mwanamke," Kitenge alimjibu akiukunja uso wake. "Siku nikianza wazimu itakuwa ni kwa hasira si furaha. Na katika ofisi hii hatatoka mtu. Nitavunjavunja kila kitu na kila mtu, huyo daktari atakayenisogelea ataadhirika."

Wote wakacheka.

"Basi tuombe Mungu isitokee."

"Wala haitokei. Hata shetani ni mwoga, anaangalia wapi aelekeze pepo wake wachafu."

Baada ya maongezi hayo walizama katika shughuli zao, Kitenge alikuwa hajafanya lolote mhudumu alipomtaka radhi ili afagie. Akaamua kutoka nje kabisa. Ofisi yao ambayo ilikuwemo katika mtaa wa Samora, haikuwa mbali sana na hoteli ya Salamander. Kitenge alivuka huku akiendelea kuitayarisha hadithi yake mpya kichwani. Akataka kuiandika mara moja, lakini roho nyingine ikamzuia na kumshauri aitafiti vyema na kuipamba kabla hajaitia katika maandishi.

Aliporejea ofisini, Rusia alimtambulisha kwa mgeni ambaye hakuwa mgeni sana machoni mwa Kitenge.

"Bwana Bazile Ramadhani, mwenye ule muswada ambao bado tunautafuta. Nimemwambia aje kesho, lakini mwenyewe anadai anataka kuzungumza na wewe."

Kitenge akaukumbuka muswada huo, ulikuwa mmoja kati ya ile miswada ambayo huwezi kuitilia maanani. Ulikusudiwa kuwa hadithi ya upelelezi, lakini ilivyoandikwa si hadithi ya upelelezi, isipokuwa mtiririko wa mauaji ya kikatili yanayotokea bila sababu za kuridhisha. Muswada huo ulimfanya Kitenge kumfikiria mwandishi kama mtu mwenye hasira dhidi ya ulimwengu na walimwengu wote, mtu atakayefurahi sana endapo lolote lingetukia kuharibu dunia na vyote vilivyomo. Ni kama mtu ambaye alidhani au kuamini maisha yanamwonea na binadamu wote wanamchukia, hivyo akaondokea kumchukia kila mtu ikiwa ni pamoja na yeye mwenyewe. Kwa kuwa hana silaha wala uwezo wa kuiangamiza dunia, ndipo akaandika kitabu hicho ambacho binadamu wanateketezwa ovyo na mhusika wake mkuu kujiua mwishoni. Sababu ya vifo vyao haionekani, sababu ya kujiua kwake haikutajwa. Nje ya hayo, muswada huo uliandikwa kwa mtindo usioeleweka na lugha isiyotamanika. Kitenge hakumbuki alivyofaulu kuusoma hadi mwisho.

Kitenge akamgeukia mwandishi huyo na kumtazama. Naam, uso wake ulidhihirisha yote, macho yake yalisema kila kitu. Ni mtu aliyetaabika akakata tamaa. Tazama uso ulivyojikunja! Tazama macho yanavyotangaza uadui! Tazama tabasamu lake lilivyoficha chuki! Kitenge akajikuta anamwogopa.

"Ndivyo, bwana Ramadhani," alisema kwa jitihada, "Muswada wako kama alivyokwambia dada huyu, haujafikia kiwango. Unahitaji marekebisho mengi. Kwa kuwa hapa tunayo miswada mingi mno si rahisi kufahamu wapi uliwekwa. Pengine tumeutuma kwa wasomaji wa nje. Mpe muda aendelee kuutafuta."

"Sina muda zaidi bwana Kitenge," sauti yake ilikuwa na hasira kama macho yake. "Hujui taabu kiasi gani nilipata hata kuukamilisha. Bado huo ni wa nne, yote imo mikononi mwa wachapishaji. Na jibu ni hilo hilo, 'ngoja'. Tafadhali leo hii nitoke na muswada wangu. Jana nilipiga simu nikiwaambia niukute, leo mnasema kesho. Nisipoupata leo kwa kweli utajilaumu Kitenge."

Kitenge na Rusia wakatazamana, "Ya nini maneno yote hayo?"

Alihoiji Kitenge baada ya kucheka kidogo. "Unadhani tuna haja gani ya kukaa na muswada wa aina ile? Mara tu utakapopatikana utapewa."

"Nitapewa?" Ramadhani alidakia akiinuka, Kitenge akashangaa kuona alivyo mrefu mwenye mwili mkubwa. Fedha au chakula zaidi kingeweza kumfanya awe pande la mwanamume zaidi ya alivyokuwa. "Nitapewa!" alinguruma tena. "Wadhani sifahamu kitu gani kinatokea? Usijidanganye bwana Kitenge, nafahamu vizuri sana kuwa muswada huo umeubadili jina na kufanya umetunga wewe. Najua kuwa sasa hivi uko KIUTA ambako unachapwa."

"Nini?" Kitenge aliuliza kwa mshangao akimgeukia Rusia. Wakaangua kicheko.

"Chekeni, ndiyo. Lakini kaeni mkijua kuwa hicho ni kicheko chenu cha mwisho pamoja. Nisipoupata muswada wangu kesho nitahakikisha mmoja wenu anachekea kuzimu, naapa." Akamgeukia Rusia na kuongeza, "Nakupa hadi saa nane niwe nimeupata, vinginevyo mtajilaumu." Akageuka na kuanza kuondoka.

Kitenge akamwahi kumshika mkono, "Ngoja bwana Rama," alimweleza, "hivi unafahamu usemalo?"

"Nafahamu. "

"Kwamba nimeubadili muswada wako uonekane kuwa nimeutunga mimi?"

"Ndiyo."

"Ni nani huyo aliyekupa wazo la kipumbavu kama hilo?"

13

Ramadhan hakujibu. Si kwamba hakutaka kujibu bali hakuwa na jibu halisi. Alijua na kuamini kuwa Kitenge aliubadili muswada huo.

Alikuwa na hakika, hakika ambayo ilimtatanisha yeye binafsi kila alipojiuliza ni wapi alikoipata. Anachokumbuka vyema ni kitu kama maongezi ambayo aliyasikia baina ya watu wawili wafanyao kazi KIUTA wakisema wameletewa muswada wa mtu anayeitwa Bazile Ramadhani watayarishe na kubadili jina la mtunzi kuwa Kitenge Watu hao walisema kuwa muswada huo utamtajirisha sana Kitenge. Kwamba kama wangekuwa wao wangeamua kuua kuliko kuacha Kitenge asifike na kujitajirisha kwa jasho lao. Ramadhani hakumbuki pia kama aliwajibu chochote watu hao, anachokumbuka vyema ni nadhiri aliyoweka ya kujiua au kumwua Kitenge endapo muswada huo usingepatikana. Hilo alilidhamiria akizingatia taabu alizokwisha zipata katika harakati zake za uandishi wa vitabu.

Kama utunzi huwaletea watu wengine faraja yeye ulimzalia simanzi. Kama,wengine huwapa utajiri kwake ulimfanya fukara zaidi. Alikuwa ameanza kutunga tangu akiwa shuleni, muda wake wote wa mapumziko aliutumia kuandika. Senti zake zote za matumizi ziliishia kununua kalamu, karatasi na stempu za kusafirishia. Akawa hana rafiki. Wenzake wote walimdharau wakimwita mwendawazimu. La kusikitisha zaidi ni jinsi miswada yake ilivyorudishwa na wachapishaji wakidai 'haieleweki' wala hana 'fununu' juu ya utunzi. Hakukata tamaa. Alipokuwa sekondari vitabu vilianza kutoa 'picha' ya kutumaika. Wachapishaji walianza kumtia moyo kwa kumwelekeza hapa na pale. Halafu miswada ikaanza kupotea. Kila alipotuma haukurudi. Barua za madai hazikusaidia. Ofisi za wachapishaji wengine hata hazikujulikana 'kama kweli zipo, alizitafuta bila mafanikio. Miswada mingi ikatoweka.

Huu aliompa Kitenge ulikuwa wa nne kati ya zile zilizokuwa mikononi mwa wachapishaji. Aliupenda na kuuthamini kuliko yote, hakudiriki kuutuma kwa posta, bali aliupeleka kwa mkono baada ya kuitafuta ofisi hii kwa siku kadhaa. Matumaini yalikuwa yamezidi baada ya kumwona Kitenge, mtunzi mashuhuri, akitabasamu baada ya kusoma sehemu kadhaa siku ile alipouleta. Leo 'aambiwe hauonekani, wakati ana uhakika kwamba uko mitamboni. La asingevumilia, lazima huu uwe ama mwanzo wa faraja zake ama mwisho wa mateso yake.

"Nani alinipa wazo hilo?" Alimjibu Kitenge kwa swali jingine.

"Sina haja ya kumtaja," akalaghai, "Ninalokutaka uelewe ni kuwa njama zako ziko hadharani. Ukiendelea nazo utapoteza bure maisha yako. Saa nane nitarudi hapa. Tafadhali nikute muswada wangu, vinginevyo, kichwa chako halali yangu." Akatoka na kuufunga mlango kwa nguvu.

Rusia akajaribu kucheka, kicheko ambacho alikikatiza ghafla baada ya kuhisi kuwa hakikuwa na ladha yoyote ya kicheko. Kadhalika macho ya Kitenge ambayo yalimtazama kwa namna ambayo hakupata kuiona huko mbeleni ilikuwa sababu nyingine iliyokatisha kicheko hicho.

"Usijali bosi, ana wazimu ..."

"Labda," Kitenge alidakia, "Suala ni watu wangapi wenye wazimu watakaonisumbua asubuhi ya leo? Nisipoangalia wataniambukiza wazimu wao." Alipoona Rusia akipanua mdomo kuuliza swali aliongeza haraka haraka, "Hatuwahitaji watu wenye wazimu katika ofisi hii. Jitahidi kutafuta muswada wake umpatie. Usisahau kumwonya asilete tena kazi yake nyingine hapa." Baada ya maneno hayo alitoka nje.

* * * *

Huko nje Kitenge hakujua aende wapi. Moyo haukumpa kwenda kokote. Kurudi ofisini roho ilikataa vilevile. Kwa muda aliduwaa hapo nje ya ofisi yake akitazama pande zote. Mara, akajikuta akiifuata miguu ambayo ilianza safari bila idhini yake. Ilimwongoza hadi *Coffee Bar*, chini ya *Telephone House*. Hapo aliwakuta baadhi ya rafiki zake ambao walimkaribisha kwa kahawa ambayo aliinywa japo hakushiriki katika maongezi. Baada ya kitambo, alijikuta kabaki peke yake. Miguu ikamchukua tena hadi *British Library* ambamo alishika kitabu hiki na kile na kukodolea macho maandishi, lakini akiwa haoni chochote.

Mawazo yake yalikuwa yakitatanishwa na matukio ya siku ya leo kwake. Wazimu? alikuwa akijiuliza. Ramadhani pia ana wazimu? Na vipi kisa chake, si kinatosha kuwa hadithi nzuri? Hadithi ya mtunzi aliyechanganyikiwa, ambaye baada ya kushindwa kuitumia vyema kalamu yake anaamua kutumia ulimi wake kwa vitisho. Naam, ni hadithi nzuri. Ataiunganisha na tukio la Machozi. Atawafanya wote wahusika wakuu. Mwisho wa hadithi? Swali hilo alilipuuza tena. Atapata mwisho wa kuridhisha mara baada ya kuanza.

Mara akasikia furaha ikimjia tele moyoni. Pengine alicheka kwa nguvu, kwani aliwaona watu kadhaa waliokuwa wakisoma kimya wakiinua macho kumtazama. Akatua mezani kitabu alichokuwa nacho mkononi na kutoka nje. Akaifuata tena barabara ya Samora hadi alipoifikia sanamu ya askari. Hapo alielekea baharini akiiendea hoteli ya *New Africa*. Hotelini hapo alipata kiti katika meza iliyokuwa imekaliwa na Wazungu watatu, mmoja akiwa mwanamke. Akaagiza bia nne aina ya safari, akiwakaribisha wale Wazungu. Walipokataa alizinywa zote moja baada ya nyingine. Baada ya hizo aliagiza *whisky*. Jinsi alivyokunywa haraka haraka ndivyo alivyolewa haraka haraka. Haukupita muda akawa hajiwezi.

Mmoja kati ya Wazungu hao akamwinamia na kumnong'oneza:

"Excuse sir, I think you have taken too much. Can't you switch off and go back home?"

Kitenge alimkosa kofi dhaifu huku akisema, *"Go to hell."* Wazungu hao wakaondoka na kuhamia meza nyingine. Aliendelea kunywa. Kisha usingizi ukamchukua, akainamia meza na kujilaza kwa starehe.

Alipoinuka alijikongoja kuendea teksi. Dereva akamsaidia kuingia baada ya kuuliza anakoishi. Kitenge alitazama kwa taabu saa yake ambayo ilisema ni saa mbili za usiku kasoro dakika kadhaa. "Magomeni Mapipa, mtaa wa Kiyumba namba kumi na mbili," alijibu kilevi huku akilala tena.

Kilichomzindua tena ni dereva ambaye alimsukasuka kumwamsha. Walikuwa wamewasili. Akajikongoja kuingia ndani, nusura amgonge mama mwenye nyumba ambaye alikuwa kasimama mlangoni akimtazama kwa mshangao kwani alikuwa hajawahi kumwona Kitenge akilewa kiasi hicho. Kitenge alifungua mlango kwa shida, alipoingia hadi chumbani hakujishughulisha kuwasha taa wala kuvua viatu. Alijibwaga kitandani na kuanza kukoroma.

Ilikuwa usiku wa manane alipokurupuka ghafla kwa maumivu makali ambayo yalipenya kifuani mwake. Mkono wenye nguvu ulimkandamiza asiweze kuinuka kutoka kitandani hapo. Mkono wa pili ulimziba mdomo hata akashindwa kutoa sauti. Pigo la pili lilipenya hadi moyoni, Kitenge akahisi maumivu yakipungua na badala yake akimezwa na usingizi mzito wenye kiza cha kutisha. Usingizi ambao ulimfanya asisikie chochote kisu kilipopenya kwa mara ya tatu katika kifua chake.

Sura ya Tatu

"Sema kama mwanamume, sajini Abdala!" Inspekta Kombora alifoka, macho kayatoa. "Zungumza lugha ya kiaskari; amekufa au ameuawa?"

"Ameuawa, afande," Abdalla alisema akitua mezani faili lililokuwa kwapani mwake. "Taarifa kamili ya kifo, na mauaji hayo utaipata katika faili hilo."

Kombora alipokea faili na kulitupia jicho la haraka haraka. Kisha alitazama saa yake ambayo mshale wa dakika ulikuwa juu ya kumi na mbili, wa saa ukiwa juu ya nane. Ghafla, aliinua uso kumtazama sajini Abdala. Macho yake yalitulia kwa muda juu ya uso huo wenye macho maangavu, yakateleza hadi juu ya kifua chake kipana na kiwiliwili kirefu ambacho kilitoa picha ya ukakamavu.

Ingawa alimtazama kijana huyu ni macho tu yaliyokuwa yakimwona. Kifikra alikuwa mbali akifikiria kifo hiki na kujaribu kukilinganisha na simu ile aliyoipokea jana kutoka kwa mtu asiyejulikana. Mtu ambaye alidai kuwa anajisikia kuua mtu. Sauti hiyo ikiwa haina chembe zozote za mzaha ilikuwa imemfanya Kombora ashinde kutwa nzima ya jana akiwa na hofu ya kupokea habari mbaya. Usiku ulipoingia hofu hiyo ilimzidi, kwani mara nyingi ni usiku ambapo waovu hutenda maovu yao. Hakupata usingizi kikamilifu, kila dakika alitegemea simu ambayo ingemfahamisha maafa. Hivyo, kulipopambazuka bila habari hiyo kumfikia, alianza kufarijika akidhani kuwa pengine aliipa uzito usiostahili ile sauti; yawezekana ni mlevi au mpungufu wa akili na hata mtu mzima kabisa ambaye alikuwa na muda wa kuchezea akaamua kuutumia kwa kuwasisimua polisi. Lakini mawazo hayo yalimtoka Kombora mara alipopokea simu ya kumjulisha kifo hicho alipokuwa akijiandaa kuja kazini.

"Nani aliyeuawa?" alinguruma katika chombo cha simu. "Kitenge."

18

"Kitenge! Tuna vitenge madukani sajini?"

"Kondokondo Kitenge afande. Yule mtunzi mashuhuri wa hadithi za ujambazi na upelelezi."

"Alaa!"

Alifahamishwa kwa ufupi maafa hayo yalivyotokea. Ndipo akaharakisha kuja ofisini ambako alikabidhiwa faili la mkasa huo ambalo bado alikuwa kaduwaa nalo kabla hajaanza kulisoma.

"Ungelisoma haraka mzee," sajini Abdala alimzindua, "Kuna mengi ambayo hayajaanza kutekelezwa, yanayoisubiri idhini yako. Kwa maoni yangu, mwuaji hayuko mbali tutamtia mkononi mara moja."

Kombora akayateremsha macho yake mezani na kuanza kupekua faili hilo. Hakujishughulisha kuipokea saluti ya Abdala alipokuwa akiondoka. Badala yake, kama kwa kumtupia aliongeza, "Usiende mbali. Nitakuona mara baada ya hii," alisema.

Aliisoma kwa makini. Hakukuwa na mengi zaidi ya aliyokwisha simuliwa. Marehemu alikuwa ameuawa kwa kisu baina ya saa nne hadi nane za usiku. Maiti yake ilikutwa chali juu ya kitanda. Kwa mujibu wa daktari, marehemu alikuwa amelewa sana kabla ya kufa, hivyo hakufanya vurugu yoyote kabla ya kukata roho. Ripoti ya wataalamu wa vidole inadai haimo alama yoyote ya vidole zaidi ya zile za marehemu mwenyewe. Jambo ambalo linaonyesha kuwa mwuaji au wauaji walivaa glovu maalumu kwenye mikono yao kabla ya kugusa kitu chochote humo ndani. Silaha iliyotumiwa haikuonekana. Taarifa iliongeza kwamba, aliyearifu polisi ni mmoja wa wapangaji ambaye aliarifiwa juu ya kifo hicho na bi kizee mwenye nyumba aliyeigundua maiti alfajiri.

Kilichomsisimua Kombora katika ripoti hiyo ni madai ya bi kizee huyo kwa makachero kwamba anamfahamu mwuaji, ati ni mwanamke ambaye alidai kwa sauti na kuapa kuwa angemwua Kitenge. Hilo Kombora hakulitegemea. Kwanza hakutegemea ufumbuzi uje kwa urahisi namna hiyo; pili hakudhani kuwa mwuaji angetukia kuwa mwanamke. Sauti iliyompigia simu ilikuwa ya kiume.

Aliamini kuwa ni mwenye sauti hiyo ambaye alielekea kuwa mwuaji. Hivyo aliinua simu na kumtaka opereta amwitie sajini Abdala.

"Afande."

"Sajini. Unaonaje kesi hii, waweza kuyaamini maneno ya huyu mama?"

"Hadi dakika tano zilizopita nilikuwa nikiyaamini afande..."

"Sikia Abdala," Kombora akamkatiza kwa ukali, "Hatuna muda wala nafasi ya kuzungumza kwa mafumbo. Katika ripoti yako mwenyewe unadai kuwa silaha ya mauaji haikupatikana. Hilo peke yake linatosha kukufahamisha kuwa mwuaji bado ana nia au uwezo wa kufanya unyama mwingine kwa silaha ile ile au nyingine, wakati wowote. Hatutaki jambo hilo litokee. Sasa, haya mambo ya kuamini ripoti yako mwenyewe dakika tano zilizopita yanaingiaje katika swali langu?"

Sajini Abdala, akiwa mtu anayemfahamu vyema afisa wake, hasa katika masuala ya aina hii, kuwa hapendi mzaha wala maneno mengi, alitabasamu kwa uficho, kisha akamjibu mara moja.

"Nilichotaka kusema ni hivi afande, taarifa hiyo ya mama mwenye nyumba alinipa mimi mwenyewe asubuhi ya leo. Alikuwa na hakika na kile anachosema. Nikaelekea kumwamini, hasa baada ya kusema kuwa mama huyo anayeshukiwa anayo kila dalili ya ulevi wa gongo na bangi. Mlevi wa vitu hivyo anaweza kufanya lolote afande, hasa anapoondokea kuamini kuwa ni wewe uliyemfanya yeye aishie kuwa mlevi hali wewe unainuka kimaisha."

"Sawa," Kombora alijibu. "Na baada ya dakika hizo tano?" "Baada ya dakika tano sio kwamba simwamini kabisa, ila nimechanganyikiwa tu. Nilikuwa nikipiga simu katika ofisi ya marehemu kuwafahamisha maafa haya. Katibu wake mahsusi akaropoka ghafla kuwa alitegemea jambo hilo. Nilipomwuliza kwa vipi, akaniambia kuwa anamfahamu hata muuaji kwa jina na sura. Nilipomwuliza kama mtu huyo ni mwanamke, alikanusha na kudai kuwa ni mwanamume, mtunzi wa vitabu. Kwamba mtu huyo alifika ofisini hapo na kuahidi kumwua

Kitenge. Unaona ilivyo vigumu mzee? Wauaji wawili, marehemu mmoja! Kila shahidi ana imani na ushahidi wake."

"Kweli inatatiza," lilikuwa jibu la Kombora baada ya kuwaza sana.

Kisha akaongeza, "Nitapenda kuonana na hawa mashahidi mara moja. Andaa gari twende kwanza huko nyumbani kwake halafu tutamwona huyo karani wake ofisini."

"Timamu afande."

Dakika chache baadaye walikuwa ndani ya *Landrover* wakielekea Magomeni-Mapipa. Walipoufikia mtaa wa Kiyungi hawakutaabika kuipata nyumba waliyoihitaji. Nje kulikuwa na watu wengi waliozungumza hili na lile.

Kambora na Abdala waliupenya umati huo kwa urahisi, kwani watu wenyewe walijitenga kuwapisha. Ndani walikuta umati mwingine ambao ulimzunguka mama mwenye nyumba aliyekuwa akiendelea kueleza kwa sauti yenye shauku kubwa. Kombora, baada ya kujitambulisha, aliwataka radhi jirani hao na kumchukua mama huyo katika chumba cha marehemu.

"Sijisikii kabisa kuingia chumba hiki baba, kinatisha," alisema bibi huyo huku akiingia.

"Usijali mama. Hamna litakalotokea," Kombora alijibu bila kumtazama. Macho 'yake yalikuwa yakitazama kila upande. Kama ilivyosema taarifa, haikuonekana dalili yoyote ya kuashiria mauaji katika chumba hicho. Kila kitu kilikuwa katika hali inayostahili. Ni shuka moja tu yenye matone ya damu iliyosaliti siri hiyo. Shuka nyingine bila shaka zilikuwa zimechukuliwa na polisi kwa uchunguzi zaidi. Kisha Kombora aliyarejesha macho yake kumtizama kizee ambaye alikuwa akisema.

"Wamekuja hapa wenzako baba. Wanauliza mengi ambayo hayana maana. Muuaji najua ni yule mwanamke tu. Sauti yake inaonyesha wazi kuwa alikuwa akisema kweli. Kama angekuwa mwingine, lazima angeiba chochote humu ndani. Yule hakuwa na nia ya chochote zaidi ya kumwua tu."

"Kweli mama," alijibu Kombora. "Unaweza kumfahamu iwapo utamwona tena?"

"Bila shaka. Hata wewe baba, ukimwona japo hujawahi kurnwona utamjua tu. Ana sura ya kutisha sana."

"Unadhani tunaweza kumpata wapi bibi?" aliongeza Abdala. "Mjukuu wangu! Usiniambie kuwa hujui wanakopatikana walevi wa gongo. Darisalama hii ni kubwa, ndiyo, lakini nyie mnajua wapi na wapi mnaweza kumpata mwanamke yule."

Kombora alitabasamu kwa haya kidogo kabla hajajibu, "Kweli mama, tutampata hivi karibuni. Umesema ulisikia marehemu akimwita Machozi sio?"

"Ndiyo baba, nitafurahi mkimkamata. Aweza kuua tena yule."

"Tutamkamata bibi."

Yakafuata maswali mengine ya kawaida. Ilimshangaza Kombora kuona bibi huyo alivyokuwa hodari wa kujibu maswali ambayo yangeweza kuwatatanisha wasomi au vijana. Walipotosheka walimshukuru na kumuaga. Wakatia gari moto kurudi mjini.

Ofisi ya *BLACK POWER PUBLISHERS* ilikuwa kimya kupindukia Kombora na Abdala walipoingia. Waliwakuta vijana wawili wa kiume wameinamia meza zao, na msichana ambaye mikono yake ililalia mashine ya chapa. Kombora aliyaona machozi yakimlengalenga msichana huyo pindi alipoinua uso kuwatazama.

"Karibuni," mmoja kati ya vijana hao alitamka polepole. "Asante", maofisa hao walijibu wakijiketisha juu ya viti vilivyokuwa wazi.

Yalifuata maongezi mafupi, Kombora akihoji juu ya hili na kutaka kujua juu ya lile. Mengi yalimsaidia ingawa ni machache yaliyopata nafasi katika daftari lake. Mengi yalikuwa yale yale ambayo alikwisha ambiwa kabla. Aliporidhika, alimgeukia msichana huyo ambaye alikuwa akijibu kwa nadra sana na kumwita, "Tafadhali bibie. Bi Rusia kwa jina sio?"

"Ndiyo."

"Nadhani ni wewe mwenye ufunguo juu ya suala hili. Nina maana kuwa, ni ushahidi wako ambao utatuwezesha kumtia mkononi huyu muuaji mapema zaidi. Unasema una uhakika kuwa huyu kijana anayeitwa Bazile Ramadhani ndiye aliyemwua bwana Kitenge?"

"Naamini hakuna mwingine," alijibu bila kuwatazama.

"Kwa nini?"

"Mwenyewe alisema hivyo. Zaidi ya kusema anaonyesha kuwa ni mtu katili. Aliporudi hapa mara ya pili nilipomjulisha kuwa muswada wake bado ulikuwa haujapatikana alitoa macho na kukimbilia katika chumba cha marehemu. Kama angemkuta naamini angemwua papo hapo. Kwa bahati nzuri hakuwepo. Hata hivyo ..." akasita na kufuta machozi yaliyomtoka ghafla.

"Pole dada," alitamka Abdala

"Ulikuwa unahusu nini huo muswada wake?" Kombora alihoji.

"Mauaji tu. Yaelekea ni mtu anayependa sana mauaji?"

"Na unafikiri umekwenda wapi?"

"Muswada huo sio? Kwa kweli hata mimi nashangaa. Iko hapa miswada iliyoletwa miaka miwili iliyopita. Huo wake hatujakaa nao miezi minne, hauonekani. Kama ungekuwa wa kuvutia, tungesema mwenzetu mmoja kauchukua nyumbani akausome. Ajabu ni kwamba hauvutii kabisa. Kila aliyejaribu kuusoma alikata tamaa."

Kombora akamshukuru na kuongeza, "Waweza kutusaidia vipi kumpata mtu huyu, Bi Rusia?"

"Sidhani kama ..."

"Huna barua yake yoyote yenye anuani yake?"

"Zipo nyingi. Alikuwa akiandika kila mara. Barua nyingine hata tulichoka kuzisoma. Nakumbuka iko moja ambayo aliiambatanisha na picha yake. Eti iwekwe nyuma ya kitabu."

"Itafute tafadhali."

Baada ya upekuzi mfupi katika majalada, Rusia alimkabidhi Inspekta Kombora barua tatu, moja ikiwa na picha. Kombora aliitazama picha hiyo kwa makini. Akiwa mtu mzoefu wa kusoma picha za wahalifu alimwona Bazile vilivyo: kijana mwenye ndevu changa, umri baina ya miaka ishirini na mbili hadi ishirini na sita, sura yenye busara ingawa ilibeba macho yaliyokuwa yakitangaza mengi na hayakuwa na ladha ya maisha au uangavu wowote, na ni kama ambayo yalikuwa yakinong'oneza kwa huzuni: "nimeonewa jamani." "Ndiyo, huyu anaweza kuwa mwuaji," aliwaza Kombora, huku akimpa Abdala picha hiyo. Akafunua barua kusoma anuani. Ilikuwa rahisi kuliko alivyotaraji. Anuani zote zilitaja sanduku la kazini pale TEGRY. Kiwanda cha kutengenezea vifaa vya plastiki.

"Tunashukuru sana dada," Kombora aliaga ghafla akiinuka.

"Nadhani sasa tuondoke tukawahi shughuli nyingine."

"Asante mzee," alijibu msichana huyo akiinuka kuwatazama kikamilifu kwa mara ya kwanza. Macho yake hayakuchelewa sana juu ya umbo la makamo la Inspekta Kombora, ambalo nywele zilianza kumezwa na mvi, uso ukiingiliwa na mikunjo. Lakini macho hayo yalikawia katika umbo lenye kiasi kikubwa cha ujana la sajini Abdala. Sura ikiwa nzuri na umbo la mwanamichezo, sajini Abdala alipendeza vyema katika magwanda yake ya kipolisi machoni mwa Rusia. "Karibuni tena."

"Asante bibie," Abdala alimjibu.

Walipofika katika ofisi yao walianza maongezi yenye lengo la majadiliano. Kila mmoja alitaka wazo la mweziwe.

"Nadhani mwenye nafasi nzuri ya kuua ni huyu mwanamke Inspekta. Yeye ndiye aliyefika nyumbani kwa marehemu. Pia bado anaongozwa na nguvu ya bangi na gongo. Simwamini mtu yeyote anayetumia vileo hivyo."

"Kwa hiyo?"

"Kwa hiyo, napendekeza uturuhusu tumsake huyu mama.

Tukiwatuma vijana huko katika mageto ya Luhaga, Buguruni, Kigamboni, Kawe, Tandale na kote nadhani atapatikana tu. Sidhani kama yuko nje ya jiji hili mara hii."

Kombora hakujibu mara moja. Yeye alimshakia zaidi huyu mtunzi, Bazile. Sauti katika simu ile haikuwa ya kike. Wala hakuona kama mwanamke huyu mlevi wa gongo angekuwa na haja ya kumwandaa mtu na kuipigia simu polisi kama hadithi ile ya *Simu ya Kifo*. Hata hivyo, bado aliuona umuhimu wa kuwapata wote wawili mapema iwezekanavyo. Yawezekana kuwa mtunzi yule hahusiki. Yawezekana vilevile kuwa yeyote kati yao hahusiki! aliwaza ghafla kwa hofu. Jambo ambalo litaongeza uzito katika jukumu hili.

Kwa kawaida kesi hii isingemjia yeye Kombora au kikosi chake moja kwa moja. Ingekuwa kesi ya kushughulikiwa na vituo vya kawaida vya polisi. Kikosi hiki cha kumi na mbili kilikuwa chini ya idara maalumu inayoshughulikia masuala makubwa ya kimauaji katika jiji hili. Kesi ambayo ilielekea kuwashinda polisi wa kawaida au yenye masuala yanayokanganya au hujuma za kiuchumi na kisiasa ndiyo iliyokuwa ikiletwa hapa. Hii haikuwa kubwa kiasi hicho. Lakini alikuwa ameipokea au kuiomba tangu majuzi alipopata simu ile inayodai mauaji. Alihisi mwuaji huyo anamhitaji yeye. Ndipo akawaarifu polisi kumletea kesi yoyote ya mauaji ambayo ingetokea katika masaa ishirini na manne.

Hata hivyo hakuwa amemgusia yeyote juu ya simu ile. Wala hakuwa tayari kumgusia sajini Abdala suala hilo. Hivyo alimwambia kwa sauti ya amri akisema, "Vizuri sajini. Nawahitaji haraka hawa wawili. Machozi na huyu Bazile. Nafahamu wajua lipi utafanya ili wapatikane kabla ya kesho."

"Bila shaka afande."

* * * *

Ulikuwa usiku mbaya mno kwa walevi wa pombe haramu, hasa wanawake. Kote kulikofahamika au kushukiwa kuwa maskani ya walevi hao kulizingirwa na vijana wa polisi na JKT wenye kiu kubwa ya kuupima ujana wao. Wengi walikamatwa na kusukwasukwa kwa makofi na mabuti ya vijana wa polisi. Waliochukuliwa moja kwa moja walichukuliwa, walionusurika walinusurika. Mamia yaliyosalia yalichujwa hata wakasalia akina Machozi arobaini. Ni hao waliofikishwa katika kituo cha polisi. Huko pia walichekechwa hadi waliposalia watatu waliofanana kwa sura na tabia. Ni kati ya watatu hao alipopatikana Machozi aliyetakiwa.

"Wewe, unasema umekamatwa Luhanga sio?"

"Ndiyo."

"Ulikuwa ukifanya nini?"

"Kwani vijana wako walikwambia nini bwana askari? Nilikuwa nikinywa na kustarehe. Sina jambo jingine la kufanya."

"Hujui kuwa gongo ni haramu kidini na kisheria?" "Mangapi ni haramu na yanafanywa? Siachi gongo, kwa taarifa yako. Bia haitengenezwi kwa ajili yangu wala watu wa aina yangu."

Sajini Abdala akamkazia macho. Pamoja na uzoefu wake wakutazamana, na wahalifu wa kila aina, lakini macho ya huyu yalimtisha. Yalikuwa na kila hali ya ulevi na wazimu. Yalitangaza waziwazi kuwa "lolote laweza kutokea." Baada ya misukosuko yote ya vijana wa polisi ambayo iliacha ushahidi wa jeraha dogo katika mdomo wa mama huyo na ngeu katika paji lake la uso, macho hayo hayakuonyesha adhari yoyote. Yalikuwa imara yakimtazama sajini huyo na askari wote kwa dharau, kebehi na kutojali.

"Unamfahamu Kondokondo Kitenge?" Abdala alifoka ghafla.

"Mara ngapi nikwambie kuwa namfahamu?" Machozi alirudisha. "Ni nani kwako?"

"Mara ngapi nikwambie kuwa ni baba watoto wangu?"

Ni majibu hayo aliyokuwa kayatoa tangu alipoanza kuhojiwa suala hilo. Kilichomshangaza Abdala ni jinsi mama huyo alivyozungumza kwa hakika kama aliyeamini anachozungumza.

"Sikia wewe mwanamke," alinguruma Abdala. "Uko hapa si kwa mzaha ila kwa suala gumu mno kwako. Hivyo, nataka uache majibu ya kilevi, unijibu kikamilifu. Sawa? Kwa taarifa yako, Kondokondo Kitenge amekufa. Ameuawa usiku wa jana." Abdala alisita akiutazama uso wa Machozi kuona vipi ujumbe huo ungemwingia.

Kama alitegemea kuona mshangao au hofu katika uso huo, lolote kati ya hayo halikutokea. Machozi alikuwa vile vile kama mama aliyearifiwa kifo cha panya au kifaranga. "Unasema kweli askari?"

Alihoji polepole. "Amekufa kweli?"

"Amekufa. Ameuawa usiku wa jana. Waweza kutuambia nani kamwua?"

Ndipo kitu cha kutisha kikatokea katika uso wa Machozi. Tabasamu. Lilikuwa la kutisha kuliko tabasamu lolote la mwanadamu. Abdala alililinganisha na lile la sokwe alilowahi kuliona katika hifadhi za wanyama. Baada ya tabasamu hilo Machozi aliropoka kwa sauti ya juu.

"Amekufa sio! Ameuawa ... sikupata kupokea habari njema kuliko hiyo katika maisha yangu bwana polisi ... Ndiyo, namjua aliyemuua. Ni mimi mwenyewe. Nimemuua kwa mkono huu." Akaupunga mkono wake wa kulia angani.

Sajini Abdala akaduwaa. Akawageukia wenzake ambao walikuwa katika mshangao pia. Hakuna aliyetegemea jibu rahisi kama hilo. Hivyo, badala ya kulikubali kama walivyotaka, wakajikuta wakilitilia mashaka.

"Nadhani dada yangu hujui unalosema. Huna habari kuwa suala hili laweza kukufanya ule kitanzi?" Alisema askari mmoja.

"Najua. Na nitaingia kitanzini kwa furaha maadamu nimemwua.

"Ulimwua lini?"

"Jana, usiku."

"Saa ngapi?"

"Sikumbuki vizuri. Sijawahi kuwa na saa."

"Ulitumia silaha gani?"

"Kisu."

Askari wakatazamana tena. Kisha walibadili mtindo na kuanza kumwuliza maswali mfululizo. Walishangaa kukuta mama huyo kasimama imara akiendelea kudai: "Nimemuua ... Nimemuua."

Taarifa hiyo ilipopelekwa kwa Inspekta Kombora nusura imtie wazimu. Alimsikiliza sajini Abdala kwa makini kisha akakuna kichwa huku kainamia meza. Kisha alikuna macho akitazama dari. Aliporudisha macho hayo mbele yake yalikuwa yamejaa maswali.

"Unadhani anasema kweli sajini?"

"Nani, mwanamke huyo sio? Hilo ndilo tatizo lenyewe afande. Ni vigumu kukataa au kukubali kuwa anasema ukweli. Mwenyewe kang'ang'ania hivyo."

"Achana na maneno ya mlevi," Alidai Kombora. "Kinachotakiwa ni ukweli. Waruhusu vijana maalumu kwa shughuli za aina hiyo wafanye kazi yao hadi watakapohakikisha kuwa kama hasemi anautapika ukweli huo. Sawa?"

"Sawa afande."

Kilichomfanya Kombora achanganyikiwe ni hiyo taarifa nyingine aliyoipata kutoka kwa sajini aliyepewa jukumu la kumpata Bazile Ramadhani, mtunzi ambaye Kombora alimshuku zaidi katika mauaji haya. Sajini huyo alirejesha majibu kwa *radio call* ambayo yalimtisha Kombora.

"Kwamba alipoenda barabara ya Pugu kwenye kiwanda cha TEGRY ambako Bazile alikuwa akifanya kazi, aliarifiwa na wakubwa wake kuwa alikuwa hajafika kazini hapo siku mbili nzima. Baada ya kuhangaika sana, walimpata msichana mmoja ambaye alisemekana kuwa alikuwa rafiki wa Bazile. Ni huyo aliyewaongoza hadi Kigamboni ambako Bazile alipanga chumba. Huko pia walikuta chumba kitupu. Jirani zake walidai kuwa 'ametoweka' tangu majuzi. Hakuna aliyefahamu alikoenda. Hakuna aliyeagwa.

Ni hilo lililomtia Kombora mashaka zaidi. Aweza kuwa popote.

Aweza kuua tena wakati wowote. Hivyo, alimwamuru sajini huyo kuendelea na upelelezi juu ya tabia na mwenendo wa mtu huyo.

Maongezi hayo Kombora aliyasikiliza moja kwa moja katika redio call hiyo.

"Bi nani sijui mwenzangu."

"Mimi sio? Naitwa Ashura."

"Ndiyo bi Ashura. Waweza kutusaidiaje ili kumpata mapema huyu rafiki yako? Aweza kuwa kaenda wapi?"

"Kwanza ningeomba nisieleweke moja kwa moja kuwa mimi ni mpenzi wake Bazile, bwana askari. Niwie radhi kwa hila lakini ndio ukweli wenyewe. Niliondokea kumpenda lakini kwa kweli hapendeki. Hana muda wa mapenzi. Na hata maongezi hajui. Ukitaka kumsikia akizungumza, lazima uongelee vitabu. Mimi mambo ya vitabu siyajui. Hivyo nilikuwa kama najilazimisha kwake tu. Mara kwa mara muwapo pamoja utamkuta kakusahau kabisa yuko maili elfu moja katika dunia ya peke yake; Hivyo kuhusu swali lako siwezi kulijibu. Hakuwahi kuniamini katika masuala yoyote ya maisha yake isipokuwa vitabu tu."

"Ahsante. Sasa dada Ashura, unadhani Bazile aweza kuua mtu?"

Kicheko laini cha msichana huyo kikamfikia Kombora.

"Kuua! Bazile! Siamini. Kwa kuwa anaandika vitabu vya mauaji sio? Kwa kweli sijapata kuona mtu mwoga au mstaarabu kama yeye. Hajapata kumtukana mtu, hajapata kumpiga mtu kofi, ataanzaje kuua? Ebu bwana askari, kweli mnamtafuta kwa nini? Eti mnamshuku kaua mtu?"

"Kuua au kuuawa. Hajaonekana siku mbili. Unadhani habari hiyo ni njema? Chumbani kwake kila kitu kimo, isipokuwa yeye tu."

"Kweli kabisa!"

Baba mwenye nyumba naye alikuwa na yake.

"Kuua sio? Japo ni mtulivu, mimi nadhani anaweza kabisa. Mtoto hakai na wenzake nje kuongea. Kutwa nzima chumbani. Ukimwuliza nini anafanya atadai anasoma. Ukimchungulia utamwona kainamia meza anaandika. Hachoki kuandika. Nadhani alikuwa na aina fulani ya wazimu. Yaweza kumtuma kufanya lolote".

Hayo ndiyo yaliyokisumbua kichwa cha Kombora. Kafa mtu mmoja. Washukiwa wawili ambao hawafahamiani wala kuishi pamoja. Mmoja anadai kuwa kaua, wa pili haonekani aliko. Angewezaje kulipeleka mbele suala hilo likiwa katika utatanishi mzito kama huo?

29

La muhimu lilikuwa kupatikana huyo Bazile. Akiwa katika milki ya polisi, Kombora angeweza kufarijika zaidi na kufahamu namna ya kutatua msongamano huo. Hakujua vipi na lini Bazile angeingia mkononi.

Simu ikalia. Kombora akainyakua na kuiweka sikioni akinguruma, "Inspekta Kombora hapa."

"Kombora! Rafiki yangu Kombora siyo?"

Haikuwa sauti ngeni masikioni mwa Kombora. Ilikuwa ile ile ambayo alihitaji kumpata mwenyewe. Naam, sauti ile ile ambayo sasa, Kombora hakuitarajia, akishuku mwenyewe tayari yu ahera. Hakujua kama ilimpasa kuisikiliza au la. Hakujua ajibu nini zaidi. Maadamu chombo cha kusikilizia bado kilikuwa sikioni aliendelea kumsikiliza.

"Mbona kimya rafiki yangu Inspekta? Upo? Sikia ndugu yangu najisikia kuua mtu mwingine. Waweza kunisaidia?"

"Wewe! Ni wewe Bazile Ramadhani?" aliuliza Kombora kiasi akitetemeka.

"Umelipataje jina langu mapema hivyo Inspekta? Kumbe u hodari kiasi hicho? Ndio ni mimi. Kwa heri Inspekta."

"Sikiliza ..." Tayari simu ilikatwa.

Kombora aliduwaa nusu dakika. Katika nusu nyingine alikuwa akimngurumia opereta kuchunguza ilikotoka simu hiyo. Jibu halikumfariji. Simu ilipigwa kutoka katika vibanda vya simu vilivyoko huko forodhani. Simu ya wazi ambayo mtu yeyote wakati wowote anaweza kupiga. Hata hivyo hakusita kutuma makachero katika vituo hivyo. Waliwakuta watu wakiendelea kutumia simu. Hakuna yeyote aliyeelewa chochote alichohojiwa na makachero hao. Hakutokea yeyote aliyekuwa tayari kueleza sura na umbile la mtu au watu walomtangulia kutumia simu. Pamoja na watu wote waliokuwa hapo kuonyeshwa picha ya Bazile, jibu la haja halikupatikana.

Sura ya Nne

Iwapo Kombora alikuwa akisubiri habari za kifo kimoja, basi alikosea sana. Usiku huo walikufa watu wawili. Wa kwanza alikuwa Fambo Wamangi.

Kama ilivyo kawaida ya kifo, kilimtokea bila kutegemea. Kutwa nzima alikuwa ameshinda katika ofisi yake akiendelea na shughuli zake za kila siku. Alikuwa meneja-maslahi katika kampuni ya *Enterprise*. Kampuni hii ilishughulikia biashara za aina zote na mataifa mbalimbali. Wote waliomwona siku hiyo walishangazwa na jinsi alivyokuwa mchangamfu na mcheshi zaidi ya kawaida yake. Baada ya kazi, alirejea nyumbani kwake ambako alicheza na wanawe, akacheka na mkewe na kutaniana sana na jirani zake. Saa mbili za usiku alitoka na mmoja wa jirani hao kwenda baa ya jirani ambapo walipata chupa mbili mbili zilizomfanya Wamangi azidi kuchangamka. Kisha walirejea nyumbani. Wamangi akakiendea kitanda ambako alikuwa "mtundu" kama siku zile za ujana wao, jambo ambalo lilimfurahisha sana mama watoto wake. Usingizi uliwakuta katika hali hiyo ukawachukua na kuwahamisha hadi katika milki nyingine, ya ndoto na starehe.

"Nilipoamka nilijikuta bafuni," yalikuwa maelezo ya mama huyo kesho yake. "Nilikuwa nimefungwa kamba mkononi na kitambaa mdomoni. Nikajitahidi hata kamba hizo zikafunguka. Nikarejea chumbani ambako niliyoyakuta yalikuwa hayatazamiki. Mume wangu mpenzi alikuwa kalala chali kitandani, uchi kama alivyolala usiku wa jana, mwili wake mzima ukiwa umelowa damu nzito ambayo ilikuwa ikiendelea kutiririka kutoka katika jeraha baya mno la kisu au sime lililokuwa wazi kifuani. Sikuweza kutazama mara mbili. Sikuweza kupiga kelele. Nadhani nilianguka na kuzirai kwani nilipopata fahamu tena nyumba nzima ilijaa watu, askari na jirani ambao walikuwa wakinihudumia."

Kifo hicho ni katika mtaa wa India, jengo la Abdulkar lenye orofa nne. Marehemu alikuwa akiishi katika orofa hiyo ya nne pamoja na jirani ambao ni familia mbili za Kiafrika na tano za Kihindi. Ni mmoja kati ya jirani hao aliyeipigia simu polisi alfajiri baada ya kusikia watoto watatu wa marehemu wakilia kwa nguvu bila msaada wowote wa wazazi wao. Alipochungulia na kuwaona wazazi katika hali hiyo, alidhani wote walikuwa wamekufa, hivyo aliiambia polisi, "Bana na bibi ake yote kafa. "

Kifo cha pili kilikuwa kimetokea kilometa kadha wa kadha nje ya wilaya hii ya Ilala. Hicho kilitokea huko Kinondoni Mkwajuni. Marehemu, bwana Jugeni Kawamba, kama Wamangi kutwa nzima ilikuwa ya kawaida kwake.

Kwa muda wa miezi kadhaa, Kawamba hakuwa na kazi. Hivi alikuwa kamrejesha mama watoto wake pamoja na wanawc wote kwao katika vijiji vya wilaya ya Mbulu mkoani Arusha, ili aweze kuyakabili maisha pindi akiendelea na msako wa kutafuta kazi. Akiwa mtu aliyepitia madaraka makubwa, yenye marupurupu ya kutosha, maisha ya kuishiwa yalimtatiza mno. Ingawa hakuwa kaishiwa kiasi cha kukosa pesa za matumizi, lakini kule kuona akiba yake ya benki ikielekea kumezwa kabisa bila matumaini yakuongeza chochote juu ya akiba hiyo siku za usoni kulimtia hofu. Hivyo alikata makundi ya urafiki wa matumizi na kuwa mtu wa kutulia nyumbani akijisomea.

Usiku huo usingizi ulimtoka kabisa. Japo alijituliza kitandani, macho kayafumba na kujaribu kubembeleza usingizi, haukukubali kabisa. Mawazo yalikuwa yakimrejesha kuitazama hali yake kiuchumi inakoelekea. Haikuridhisha. Mara, akaanza kujutia safari yake ya majuzi aliposafiri kwa ndege kwenda na kurudi Zanzibar ambako aliitwa kufanya mahojiano ya ijara. Labda asingesafiri kwa ndege, meli ingetosha! aliwaza.

Mara alihisi kuinamiwa na dude refu jeusi na alipojaribu kufumbua macho yalizibwa kwa mkono wenye nguvu kama chuma. Juhudi zake zote za kuutoa mkono huo hazikufua dafu. Alipojaribu kurusha teke lilidakwa kwa mkono mwingine. Dakika hiyo hiyo jisu kali lilipenya kifuani mwake kwa maumivu makali. Hakuwahi kupiga kelele, kwani mkono uliokuwa usoni ulihamia mdomoni kuuziba. Pigo la pili lilimmaliza. La tatu hakulisikia kabisa.

Akiwa mtu anayeishi peke yake katika nyumba hiyo ambayo hata alikuwa hajaumaliza mkopo wake aliopewa na THB, ilichukua muda kabla maiti yake haijagunduliwa. Ni kijana muuza magazeti ambaye aliigundua. Kijana huyo akiwa na mkataba wa kumletea magazeti kila siku, asubuhi hiyo pia alimfikia. Akashangaa kuona mlango ukiwa wazi alfajiri yote hiyo jambo ambalo halikuwa la kawaida katika nyumba hiyo. Hivyo aliamua kuchungulia. Mlango wa chumba pia ulikuwa wazi. Macho yalipofika chumbani humo yalikuwa na damu kavu ambayo ilitapakaa sakafuni, kitandani akiwa kalala mzee Kawamba, jeraha kubwa likicheka kifuani mwake. Akitetemeka, kijana huyo aliwaita jirani ambao walijua la kufanya.

* * * *

"Haiwezekani. Hawezi kuvumiliwa zaidi. Lazima yeye au maiti yake ipatikane katika muda wa masaa ishirini na nne yajayo.

Unasikia sajini Abdala?" Alifoka Inspekta Kombora, macho kayatoa kwa ukali na hasira.

Mbele yake kulikuwa na majalada lukuki. Jalada la Machozi ambalo lilikusanya habari zake zote na kutoacha mwanya wowote unaomwunga na kifo cha Kitenge japo mwenyewe aliendelea kudai hivyo licha ya mateso aliyopewa ili aseme ukweli.

Jalada la marehemu Wamangi na Kawamba lilionyesha mienendo yao ya kutwa nzima pamoja na shughuli zao za nyuma. Hayo pamoja na maandishi mengine, yalifurika mbele ya Kombora yakimdai atulie na kuyasoma. Hakujisikia kusoma chochote. Hakujisikia kutulia. Alitamani apate uwezo wa kupaa, aruke hadi mbele ya Bazile popote alipo ammiminie risasi zote zilizokuwemo katika bastola yake. Ni hila tu alilohitaji.

"Lazima afe," akaongeza.

"Ni kweli afande. Ni mtu hatari mno kuendelea kuishi nje ya kuta za magereza. Tatizo ni jinsi alivyoondokea kuwa hodari mno. Pamoja na mitego yote ya polisi usiku na mchana, bado anawakwepa na kutimiza nia yake," alijibu sajini Abdala aliyekuwa kaketi mbele ya Kombora.

"Mimi pia hilo lanishangaza," Kombora alimwunga mkono.

"Nilivyoichunguza historia yake ya nyuma inaonyesha kuwa aliwahi kupitia JKT. Pengine ni hilo linalompa uwezo wa kutushinda ujanja. Bila hivyo, ningeweza kupendekeza kuwa anasaidiwa na mtu au watu."

"Kweli mzee. Kwa mfano alivyoua usiku wa leo. Ameweza kuua hapa mjini kisha akasafiri hadi Kinondoni ambako ameua tena. Utadhani kuna mtu anayemsaidia kwa kusafiri."

"Aweza kuwa anatumia mabasi ya abiria. Akiwa kakificha kisu chake vyema, kondakta na abiria wanamwona kama mtu wa kawaida tu. Nimejaribu kutazama uwezekano wa mtu yeyote kumsaidia sikuona. Yeye ni kichaa aliyepata kichaa hicho baada ya utunzi kuiathiri akili yake na vitabu vyake visivyoeleweka kudharauliwa na watoaji. Amepata wazimu. Nani atakayemsaidia mwendawazimu kama huyo? Angeweza kusaidiwa na mwehu mwenzake Machozi, lakini katika uchunguzi inaonyesha wazi kuwa hawafahamiani kabisa. Na bado Machozi tunaye ndani. Hapana sajini, tusisumbue vichwa vyetu kutafuta mambo yasiyo ya muhimu. La muhimu ni kumpata huyu Bazile kwanza. Endapo baada ya kupatikana kwake vifo vitaendelea ndipo tutaanza msako mpya."

"Ndiyo afande."

"Na kuhusu picha yake, peleka katika magazeti yote. Tangaza kuwa yeye ni mtu hatari ambaye anatakiwa hai au maiti mapema mno. Yeyote atakayemwona aiarifu polisi mara moja. Sawa?"

"Lakini afande ..." Abdala akasita tena kidogo kabla ya kuendelea. "Suala hili naona unalipa uzito mkubwa mno. Ni rahisi sana kutoa maelekezo yasiyoridhisha endapo utakuwa katika hali uliyo nayo siku hizi. Tangu kisa hiki kilipoanza sijakuona ukivuta; jana nzima hukunywa hata chai; leo pia naona huna wazo la kutia chochote tumboni. Licha ya hayo, uso wako umegeuka kabisa utadhani mtu anayefuata katika orodha ya vifo hivi ni wewe. Kwa nini afande? Huoni kuwa ni hatari kwako? Nadhani hii ni kesi ya kawaida kama nyingine nyingi ambazo tumezitatua kwa njia za kawaida. Isikutishe sana ..."

"Isinitishe!" Kombora alifoka. Kisha alijirudi na kujaribu kutabasamu; lakini tabasamu halikutokea. Akamtazama Abdala kwa huzuni huku akiwaza: *Huyu hajui. Hafahamu kuwa napata simu za muaji kila kabla ya mauaji hayo. Naweza kustarehe vipi mimi kama kiongozi wa polisi hali mwuaji ananikebehi kwa siku kabla ya kumwaga damu isiyo na hatia?*

"Hapana sajini," akajibu. "Kama ni mzaha tutafanya baada ya kumtia Bazile katika mikono yetu. Kwa sasa jambo la muhimu ni kumpata tu. Sawa?"

"Bila shaka atapatikana afande." "Sawa."

* * * *

" *...Atapatikana afande ... sawa ...* " Brown Kwame akafunga chombo chake na kumgeukia mwenzake aliyeketi upande wa pili wa meza. Wakaangua kicheko.

"Umeona Chenja?" alimwuliza mwenzake." Hakuna lolote watakalozungumza hapo kituoni kwao ambalo linanipita bila kulisikia. Nafahamu kila mpango wao kabla hawajaanza kuutekeleza. Kwa hiyo, kaa ukijua kuwa hakuna chochote wala lolote litakalotukwamisha. Moto tuliouwasha umekwisha shika mbuga nzima. Hawawezi kuuzima. Acha waendelee kuamini kuwa adui yao ni yule bwana mdogo Bazile. Napenda waendelee kuamini hivyo. Watakapogutuka itakuwa *too late* kwao. Sisi tutakuwa tumemaliza kazi yetu."

"Kwa kweli watu hawa ni wazembe kuliko nilivyotegemea," Chenja alisema. Kama ilivyo kawaida yake, alisema huku akipapasa tumbo lake ambalo lilichomoza nje ya kifua chake. "Hadi sa sa bado wanaamini kuwa adui yao ni Bazile?"

"Na bado nitawafanya wazidi kuamini hivyo," Kwame alijibu kwa majivuno. "Huu ni mpango wa kimataifa bwana Chenja. Mbinu zilizotumika ni za kitaalamu ambazo mtu yeyote mwenye akili za kawaida lazima ahadaike tu. Leo nitawaonyesha adui yao. Bazile atawatembelea. Nataka kumfurahisha zaidi ranki yangu Kombora."

"Angalia *usiover do*."

"Hakuna litakalotokea. Bado kifo kimoja tu, baada ya hapo amri iko mkononi mwetu, nchi miguuni mwetu. Utaona bwana Chenja. Subiri kidogo tu."

"Sawa. Sasa nadhani niende zangu. Ni hatari kukawia hapa."

"Hakuna mahala penye usalama kama hapa. Mtu yeyote anayevuka geti hapa ndani namwona vizuri. Silaha zilizotegwa katika chumba hiki zimepangwa kwa namna ambayo mtu kwa kawaida haoni na zaweza kumteketeza wakati wowote nitakapo. Zaidi ya hayo vyumba vya jirani wamo walinzi waliohitimu kuua na kuadhibu endapo nitatoa amri hiyo. Licha ya yote hayo, ulikoingilia wewe watu wanadhani uko maliwatoni. Hakuna anayejua siri ya mlango huo. Hatufanyi mzaha hata kidogo bwana Chenja. Tumedhamiria. Na kwa kuwa tuko ukingoni hatuna lolote la kuhofia. Hata hivyo bora uende zako."

"Kwa kheri."

Kwame alibonyeza dude fulani, sakafu ya chini ya meza ikafunuka na kuachia mwanya wenye ngazi inayoingia ardhini. Chenja aliaga tena kisha akaifuata ngazi hiyo. Alitokea katika nyumba moja upande wa pili wa mtaa. Nyumba hiyo siku zote ikiwa haina watu wengi isipokuwa wachache ambao walijua wanachokifanya, ilikuwa rahisi kwa Chenja kutoka nje ya mlango huo ulioandikwa GUEST LAVATORY bila kuonekana na kuingia katika gari yake ambayo ilimrejesha kazini kwake.

Kwame aliendelea kutulia juu ya meza yake akitabasamu. Kila kitu kilikuwa kikimwendea kama ilivyokusudiwa. Furaha iliyoje!

Machoni mwa serikali, na mbele ya kila mtu, Brown Kwame alikuwa yule yule, mtu mfupi, mnene, kidevu kilichofunikwa na ndevu nyingi zilizozunguka uso mpana wenye macho maangavu. Mtu ambaye siku zote alionekana mtanashati kwa suti za nje na viatu ambavyo vilitengenezwa kwa matakwa yake binafsi katika viwanda mashuhuri. Mtu huyu kikazi alikuwa na hadhi ya Mkurugenzi Mtendaji katika kampuni mashuhuri iliyoitwa *Snow Fund* ambayo ilishughulikia mambo mengi yakiwa pamoja na huduma za usafiri kwa watalii, uuzaji wa vinyago nchi za nje, uwakala wa uingizaji na usafirishaji wa bidhaa na kadhalika. Ofisi hii ilikuwa ikifanya kazi vyema na wafanyakazi wake walikuwa wakiridhika kabisa kimshahara.

Ni hiyo picha ya nje iliyokuwa wazi machoni mwa wengi. Hata wafanyakazi wote wa matawini na hapa makao makuu walikuwa na picha hiyo hiyo. Kwame alipenda iendelee kuwa katika hali hiyo. Hakupenda upande wa pili uonekane, hadi hapo baadaye kidogo.

Katika upande huu wa pili, Kwame hakuwa Kwame, bali alikuwa Joe Kileo, mwakilishi wa kampuni moja kubwa ya kijasusi kutoka nchi za Magharibi. Kampuni ambayo ilikuwa ikiendesha shughuli nyingi za hatari katika nchi kubwa na ndogo kuhujumu tawala na uchumi ili zielekee upande wautakao kwa manufaa yao na nchi zao. Shirika hilo la ujasusi, licha ya kumlipa Kwame fedha nyingi za kigeni, ndilo lililompa mtaji mnene ambao aliutumia kufungua kampuni hii. Haja yao haikuwa faida wala huduma kwa jamii, bali ilikuwa kupata fursa nzuri ambayo iliwawezesha kukutana na watu wao waliojifanya watalii kuingiza silaha, madawa hatari na vitu vingine ambavyo vilikusudia kutumiwa siku za usoni.

Tayari walikuwa wamefanya mengi maovu. Bado walikusudia kufanya mengi. Wakiwa katika kuyaandaa hayo ambayo walikusudia kuyafanya 'pigo la mwisho', ndipo Kwame alipomwona kijana yule Bazile Ramadhani akimjia ofisini kwa mwendo wa haya haya na miswada mitatu mkononi, akiomba msaada wa kusaidiwa kuchapishiwa vitabu. Kwame akajitia huruma, akampa ushauri wa kuwaona wachapishaji. Kijana huyo akamweleza jinsi alivyokata tamaa kwa wachapishaji hao. Kwame akazidi kumhurumia. Kumbe Joe Kileo, kama alivyojulikana kwa washiriki wake, alikuwa amepata. Alifurahia sana kimo cha kijana huyu, hasa urefu wake ulivyosadifu na kupatana na matakwa yake. Njama alizokuwa ameinjika zilikuwa kwenye hatari ya kuvuja - sasa eti Muumba kamuonyesha njia. Hivyo aliwaamuru makachero wake ambao walimfuata Bazile kwa siri hadi kwake ambako walitekeleza jukumu walilopewa la kumfanya aamini kuwa kaibiwa muswada kwa kumlaza kwa dawa zao za kitaalamu na kuanza maongezi hayo yaliyomfanya aamini. Kisha walingia ofisi ya Kitenge usiku na kuiba muswada huo; ndipo yakafuata yote ambayo yalikuwa yakiendelea kutukia. Yote ambayo yalikuwa yakizungusha kichwa au ubongo wa Inspekta Kombora na wenzake wote kwa namna alivyoikusudia kabisa Kwame.

Jambo jingine la kutia moyo ambalo lilizuka bila kutegemewa katika wakati unaostahili ni lile la kujitokeza yule mwanamke malaya, Machozi, na madai yake ya 'kumwua' Kitenge. Hayo Kwame alikuwa ameyasikiliza katika chombo chake kilichonasa kila maongezi yanayofanyika katika ofisi ya Kombora. Kwanza yalimshangaza kisha yakamfanya acheke kwa furaha. Ilikuwa nyongeza nyingine juu ya mtafaruku uliokuwa umepangwa kumsumbua Kombora na polisi wote, wasiweze kupata walao wazo ambalo lingewaelekeza kulikokuwa na ukweli. Jingine ni jinsi Kitenge alivyolewa usiku ule hata wasipate haja ya kutumia dawa zao za kulevya. Bahati ilioje. Polisi wangeendelea kumsaka mwuaji wa bandia katika sehemu ambazo hayupo hali yeye Kwame na kikosi chake wakiwacheka na kuendelea na harakati zao pasi ya aina yoyote ya hofu.

Kwame alitabasamu tena, alijipongeza kwa jinsi mambo yalivyokuwa yakimwendea kwa utaratibu na bahati kubwa. Kisha aliitazama saa yake ya mkono, akainuka na kumpitia katibu wake ambaye alikuwa kainamia mashine ya chapa akichapa barua. "Natoka kidogo," alisema na kuendelea na safari yake bila kusubiri jibu. Nje aliliekeza kituo cha polisi namba kumi na mbili.

Kituoni aliomba kumwona Kombora. Alimkuta akiwa kachakaa uso kwa mikunjo ya hasira na mshughuliko. Nusura Kwame acheke au kumpa pole. Lakini alijifanya hajui lolote linalotokea. Badala yake alimsalimu Kombora kirafiki na kujikaribisha juu ya kiti kilichomwelekea. Hawakuwa wageni kwa kila mmoja, ingawa kazi zao zilikuwa zikiwanyima fursa ya kufahamiana zaidi. Mara mbili tatu wamekutana katika baa au tafrija fulani, mara kadhaa wameonana kikazi Kwame akileta malalamiko au matakwa fulani fulani ya kampuni yake.

Kwa Kombora, Kwame alikuwa mtu wa kuheshimiwa ambaye "amebahatika" kupata wadhifa mnono wenye nafasi zote za kutumia. Wadhifa ambao ulimruhusu kusafiri kokote kule nje ya nchi bila hofu ya wanawe kulala njaa. Kinyume na yeye ambaye kazi yake ilikuwa kulinda maslahi ya nchi na watu wengine usiku na mchana sehemu za hatari ambazo dakika yoyote waweza kupoteza maisha. Kazi ambayo malipo hayakuwa ya kuridhisha sana ukilinganisha na uzito wa jukumu. Hata hivyo, Kombora aliipenda sana kazi yake. Aliona furaha mno kuona matajiri wa matajiri na maskini maisha yao yakiwa mikononi mwake na kuutegemea msaada wake. Ilikuwa tamu zaidi ya utajiri kuona baba mzima mwenye umri wa baba yake akikulilia ili umwokoe kutokana na 'mtu' au 'jambazi' ambalo linakusudia kumwua. Wadhifa ulioje!

"Ndiyo bwana Kwame, unaendeleaje huko *Snow Fund*?"

"Vizuri tu." Kwame alipoona Kombora akimtazama kwa macho yanayomwuliza shida yake aliongeza, "Nilichofuata ni kukueleza juu ya lile suala lililonileta majuzi."

"Suala la?"

"Wizi wa shilingi elfu moja."

"Alaa!" Kombora akakumbuka. Lilikuwa moja kati ya masuala madogo ambayo kwa kawaida hayashughulikiwi na ofisi hii. Zaidi ilimshangaza kuona Kwame na ukurugenzi wake aking'oka kutoka ofisini na kuja kutoa ripoti juu ya wizi mdogo kama huo. Kwa nini asipige walao simu? Alikuwa amejiuliza siku hiyo. Hakujua kuwa ni siku hiyo ndiyo Kwame alipoleta chombo chake kidogo chenye ukubwa wa gololi na kukipachika kwa hila sehemu fulani kwenye meza ya Kombora. Chombo ambacho kilikuwa kikinasa na kupeperusha maongezi yote yaliyokuwa yakifanyika katika ofisi hii.

"Kwa kweli ndugu Kwame, suala lako bado ..."

"Ndiyo, ndiyo, inspekta," Kwame alikatiza. "Nilichofuata ni kukuomba ufute kesi hiyo. Nilikosea kuileta mbele yako. Ulikuwa wizi mdogo mno. Kuufanya ufahamike itakuwa kuwatangazia wafanyakazi wote wenye nia ya wizi kuthubutu kufanya hivyo. Watakuwa wameona kuwa Snow Fund si imara kama wanavyodhani."

"Siyo vibaya ndugu Kwame. Hata hivyo endapo tutampata mwizi hatutasita kumfungulia mashitaka."

"Vizuri," Kwame alijibu akiinuka. "Kwa kheri Inspekta." "Karibu tena bwana Kwame."

Nje ya kituo kicheko kingine kilimtoka Kwame. Hata hivyo, hakukiruhusu kitoke nje. Alichekea tumboni.

* * * *

Usiku huo, kama mwingine wowote, tangu mauaji yalipoanza kutokea, jiji la Dar es Salaam na vitongoji vyake lilifurika askari polisi na JKT ambao walikuwa makini wakilinda doria. Kila mlinzi alikuwa na picha ya Bazile akilini na rohoni. Picha ambayo ilikuwa imetangazwa na kusambazwa kote kwa juhudi kubwa. Walevi, wachawi, wazinzi na wote wenye maradhi ya kutembea usiku walitaabika sana usiku huo.

Kila mmoja alihojiwa vizuri na kutazamwa sana akilinganishwa na picha ya Bazile. Wale ambao waliondokea kufanana naye walao kidogo walitaabika zaidi kwa maswali ya mdomo na vitendo. Baadhi waliendelea na safari zao baada ya kupitia vituo vya polisi.

Mtu aliyehitajika hakuonekana.

Polisi mmoja alikuwa kajibanza katika uchochoro wa mtaa wa Nkrumah. Hakuwa usingizini wala hakujisikia kusinzia. Hata hivyo alitahamaki akipatwa na kitu kama kizunguzungu au usingizi wa ghafla. Alipojaribu kupambana na hali hiyo alisikia kishindo kutoka nyuma yake. Pindi akigeuka, alikutana na pigo la judo ambalo lilitua shingoni mwake na kumlainisha. Akaanguka chali, silaha ikimtoka mkononi na kudakwa na jitu lenye mavazi meusi. Jitu hilo lilimwinua na kusongezea askari huyu uso wake likisema:

"Natumaini wanifahamu."

Askari huyo hakujua ajibu nini. Uso huo haukuwa mwingine zaidi ya ule wa Bazile Ramadhani. U so wa mtu katili ambaye alikuwa tayari kuua wakati wowote. Huku akitetemeka, askari huyo alijaribu kujitetea, lakini aliambulia pigo jingine ambalo lilizidi kumlegeza viungo.

"Naona wanifahamu," liliongeza jitu hilo likiutia mkono wake mfukoni na kuuchomoa ukiwa umeshikilia jisu refu ambalo, licha ya kiza kilichotanda katika uchochoro huo, lilimeremeta. "Hiki ni kisu kilichowaua wote. Kingeweza kukua we we pia endapo ningehitaji. Hata hivyo nitakuacha hai, nakuhitaji. Nataka upeleke salamu zangu kwa rafiki yangu mpendwa Mkwaju Kombora."

Polisi huyo hakuwahi kusikia yote. Alikuwa hajifai kwa kutetemeka, kutetemeka ambako kulikoma na nafasi yake kuchukuliwa na mshtuko mkubwa pindi kisu hicho kilipopita ghafla kifuani na kuacha jeraha kubwa kwa alama ya msalaba. Maumivu hayo makali pamoja na mshtuko vilimfanya aruke na kuanguka sakafuni ambapo alitulia kwa dakika nzima kama anayesikiliza ili afahamu kama yungali duniani au tayari kawasili kuzimu. Akiwa katika hali hiyo alisikia kwa dhiki kubwa sauti ya jitu hilo iliyosikika ikicheka na kisha kusema, "Mpe Kombora hizo salamu tafadhali."

Fahamu zilipomrudia vyema, askari huyo alijikuta yu peke yake, damu zikimvuja na kuih, aribu sare yake. Silaha yake ilikuwa imetupwa hatua chache kando yake. Akajitahidi kuinuka na kuiokota silaha hiyo. Kisha alikumbuka kupuliza kipenga ambacho kiliwaleta askari wote wa karibu na alipokuwa. Baada ya kuona mkasa huo, askari walijitoma mbio huku na huko wakisaka na kusakanya kila pande ya eneo hilo.

Hawakuona chochote.

Wakati huo huo, Inspekta alikuwa akiamshwa kutoka katika usingizi ambao alikuwa ndio kwanza anaupata baada ya masaa sita ya kufanya doria jijini na baadaye kuduwaa chali kitandani akifikiri kwa nguvu. Simu ilikuwa imemfuata nyumbani baada ya kupigwa kituoni ambako iliunganishwa.

"Kombora hapa. Nani mwenzangu?"

"Inspekta Kombora? Ni mimi rafiki yako mpenzi..."

Kombora asingeweza kuisahau sauti hii. Ilikuwa ya yule adui yake mkubwa katika orodha ya maadui zake wote walioko hai. Hakupenda kuisikia sauti hii. Lakini bado pia alipenda kuisikia ili ajue lipi mwendawazimu huyu alikusudia kutenda.

"...wako. Nimeona nikufahamishe mwenyewe kuwa nimekutumia salamu za upendo kwa mkono wa mmoja wa askari zako. Utafurahi sana kumwona Inspekta. Anavutia kwa rangi nyekundu na kidani cha aina yake alichovaa kifuani."

Kombora hakuwa na hamu ya kuendelea kusikiliza sauti hiyo. Sauti ambayo sasa ilikuwa ikisikika masikioni mwake kama mwito wa mauti yenyewe utokao kuzimu moja kwa moja. Hata hivyo, aliendelea kusikiliza. Haja haikuwa kumsikia bali kuwapa fursa makachero wake ili waifuate simu. Alikwisha toa siri ya simu baina yake na mwuaji huyo na kuweka wataalamu tayari kujua simu inatoka wapi na kuwaashiria vijana ambao waliandaliwa kutoa ishara kwa askari wa doria katika eneo hilo ambao waliruhusiwa kuua chochote watakachokikuta kikipiga simu hiyo. Uzoefu wake kikazi ulimfanya Kombora ajue kuwa vijana hao walikuwa kazini wakisikiliza simu hiyo na kutimiza wajibu wao.

"Inspekta?" "Nipo."

"Mbona kimya rafiki yangu?"

"Hujajibu chochote."

"Juu ya nini?"

"Salamu zangu. Zaidi ya salamu ni kwamba najisikia kuua mtu mwingine. Unasemaje?"

"Unataka nisemeje? Nikupigie magoti kukusihi usiue? Niwezalo kusema ni kwamba ukae ukijua kuwa nitakutia mikononi. Na utajuta kuzaliwa. Pamoja na hayo, bado nakushauri kuwa ujitokeze mwenyewe. Upo uwezakano wa kukusamehe," Kombora alimaliza huku akijiuliza kama hajavuka kiwango kiasi cha kumtoa mtu huyo kwenye simu mapema kabla watu wake hawajamfikia.

"Inspekta! Mbona maelezo mengi mno?"

"Siyo mengi. Ningeweza kueleza mengi zaidi..."

"Inspekta. Uko pake yako kwenye simu?" Alidakia mtu huyo.

"Ndiyo. Nitakuwa na nani tena?"

"Uongo. Unajaribu kupata nilipo kwa simu. Hongera kwa juhudi zako na pole kwa kazi yako isiyo na matunda."

"Sivyo... sikia..." Ilikuwa kazi bure. Kicheko kilisikika upande wa pili kikifuatwa na kukatwa simu. Kilichobaki katika masikio ya Kombora ni kicheko hicho ambacho kilitisha na kuchukiza, mfano wa kicheko cha mauti yenyewe.

Sura ya Tano

Habari mbaya husafiri haraka zaidi ya habari njema. Hii ya mauaji ilienea haraka mara mbili zaidi ya kawaida. Licha ya picha ile ambayo ilitokea magazetini na maandishi ya waandishi ambayo yalieleza kwa ufupi chini ya vichwa vya habari "MUAAJI WA HATARI AZUKA JIJINI" na la Kiingereza lililodai *"THE MURDERER STILL AT LARGE"*, bado kuna mengi yaliyosemwa baina ya mtu na mtu mitaani. Huyu alisema hivi na huyu akaongezea lake hata ikawa habari pana ya kutisha kuliko ilivyokuwa.

Kama watu wengine, Joram Kiango akiwa mkazi wa jijini Dar es Salaam, alipokea habari hiyo kwa njia zote. Aliwasikiliza wambeya wa mitaani, akayasoma magazeti yote na kisha kuulizia vizuri kwa mmoja miongoni mwa rafiki zake waliomo katika jeshi la polisi. Baada ya kuipata kikamilifu na kuona jinsi polisi walivyokuwa wakitapatapa katika hali ya kukata tamaa, alitabasamu. Kwa Joram, tabasamu hili halikuwa la furaha ya kusikia watu wasio na hatia wanateketea pasi sababu; hasha. Kwake, tabasamu hili huwa dalili ya shauku. Shauku kubwa ambayo humjia na kumteka kikamilifu kila litokeapo tukio la kutisha na kusikitisha kama hili ambalo huhitaji mtu shujaa kulitatua. Moja kwa moja Joram hujihisi kama mtu huyo na kujitupa katika duru la mapambano kwa mbinu zake ambazo humfanya aponee chupuchupu, huku katatua au kuweka hadharani siri za hatari ambazo polisi huwa wamefikia hatua ya kukata tamaa.

Hakuna asiyemjua Joram Kiango. Ni yule kijana mrefu, mwenye maungo yenye nguvu na sura nzuri ambaye wakati wote huwa mchangamfu. Yule kijana mwenye ofisi yake inayoitwa *Private Investigator* ambayo hushughulikia upelelezi wa aina mbalimbali toka kwa wateja ambao huwa makampuni au mashirika yenye haja ya kujua jambo fulani, watu binafsi wanaohitaji kutatuliwa hili na lile na yeye mwenyewe anapojisikia haja au njaa ya kusaidia polisi katika shughuli zao za kila siku.

Kijana huyu mwenye umri usiozidi miaka ishirini na sita ni juzi tu aliporejea kutoka Marekani ambako alikuwa akiishi na wazazi wake wanaoishi huko. Ni huko ambako Joram alipata moyo wa kishujaa baada ya kukua miongoni mwa watoto weusi na kuona walivyokuwa wakinyanyaswa na wenzao weupe. Ingawa alipata elimu nzuri lakini mara baada ya elimu hiyo alijiunga na vikundi vya wahuni weusi waliokuwa wakisumbua sana jeshi la polisi. Waliiba na kupigana wakiharibu na kusumbua katika maduka na mabenki. Baada ya hapo Joram alijiunga na CID na kufanya kazi nzuri, lakini ghafla akaacha kazi baada ya kujiona kakamilika kimwili, kifikra na kimtazamo. Ndipo akaja Dar es Salaam ambako alifanya mengi, yaliyoipendeza polisi kabla hajapatiwa kibali cha kufungua ofisi hii. Machache kati ya aliyoyafanya yaliwavuta waandishi hata wakayaandikia vitabu na la kuviita *Dimbwi la Damu* na kile *Lazima Ufe* ...

Alitabasamu tena kilitupa kando gazeti na kumtazama Neema Idd katibu wake ambaye pia alikuwa akimtazama.

"Unajua Neema ..."

"Usiniambie. Najua kila kitu. Macho yako yanaonyesha wazi kuwa unataka kujiingiza katika mambo haya. Sijui umelogwa mwenzangu! Labda hukusikia juu ya yule polisi aliyepewa salamu za kumpa Kombora?" Neema alimaliza.

"Yule bwege? Mtu una bunduki mkononi kama sio uzembe ni nini hata mtu mwenye kisu akuchanje kifuani?" Joram alimjibu akicheka.

"Sio kuchanjwa Joram! Amejeruhiwa vibaya sana."

"Pamoja na hayo," kisha sauti ya Joram ikabadilika na mzaha ukatoweka kabisa. "Jambo linalonishangaza katika suala hili ni huyu mwandishi Bazile! Imekuwaje akawa hodari ghafla kiasi hiki? Vipi awe mjanja wa kuepuka mitego yote ya polisi, shujaa kiasi cha kumkabili polisi mwenye silaha na kumpa salamu za jeraha kifuani na wakati huo huo akimdhihaki mkuu wa polisi kwa simu za kashfa mara kwa mara? Hamu yangu ni kujua alivyopata uwezo huo kwanza, kisha nitajua namna ya kumtia mikononi."

"Yaani umeshaanza kazi?"

"Bila shaka. Sina haki ya kustarehe hali mtu hatari yuko hai na ameahidi kumwaga damu nyingine zisizo na hatia. La, Joram Kiango si mvivu kiasi hicho mama."

Neema hakuwa na la zaidi. Kwa kadri anavyomfahamu, Joram kamwe hatastarehe tena, tayari kazama kichwa na miguu katika dimbwi la mkasa huo. Kumshauri kusingesaidia. Hata hivyo alimwambia neno lile lile ambalo amemwambia mara nyingi: "Angalia Joram. Jihadhari."

"Hakuna anayemfahamu Joram Kiango zaidi yako Neema. Ninayo nafasi nzuri ya kumtia mwuaji mkononi kwani kama ujuavyo, adui huyo kajizatiti kukabiliana na jeshi la polisi, hana habari ya mtu mmoja anayejiita Joram. Huoni kama hiyo ni nafasi nzuri ya kumfumania?" alimaliza akiwasha sigara na kuanza kuivuta kwa utulivu.

Katika utulivu huo, alikuwa akipambana vikali na tamaa ambayo ilikuwa ikimshawishi ainuke na kuanza uchunguzi juu ya mkasa huo. Tamaa ambayo aliishinda nguvu baada ya kujikumbusha tena na tena kuwa alikuwa hajajiandaa kikamilifu kuweza kusimama kiume dhidi ya muuaji au mauaji mazito kama hayo, mauaji ambayo sasa yalikuwa yamewashinda polisi kuyakabili. Kujitumbukiza kiholela ingekuwa sawa na kumwalika muuaji huyo ampe yeye Joram salamu ambazo safari hii zingeelekezwa si kwa Kombora bali ahera. Naye Joram hakuwa tayari kwenda huko mapema kiasi hiki.

Hivyo alijituliza akiwaza yepi ameyafahamu tayari dhidi ya muuaji huyo, mangapi polisi imefanya katika juhudi zao za kumtia mbaroni, kiasi gani wamefanikiwa, na vipi wamefeli. Kadhalika alihitaji kujua mangapi yanafahamika juu ya marehemu, mangapi hayafahamiki, na yepi yalistahili kufahamika. Baada ya kuyafahamu hayo, yeye kama Joram Kiango angekuwa tayari kufuata njia zake ambazo zingemfikisha hadi kisogoni au usoni pa mwuaji huyo. Joram, angependa zaidi kukutana naye uso kwa uso, aupime na kuushuhudia kwa macho yake ujabari wa mtu huyo aliyeondokea kuwa jitu kwa muda mfupi tu. Akiwa na hakika na mbinu zake, pamoja na matumaini juu ya njia atakazopitia ambazo ni kinyume na zile za polisi, alijisikia furaha kana kwamba tayari kamtia adui huyo mikononi mwa sheria. Akaitupa sigara yake katika kasha la taka na kutoka nje akipiga mluzi.

* * * *

Baada ya kuwaona tena rafiki zake ambao humuuzia habari za siri kutoka polisi na kupata anuani za marehemu wote, alilirudisha gari lake nyumbani kwake Ilala na kuanza kutumia 'Dala Dala' kwenda hapa na pale.

Safari yake ya kwanza iliishia Mapipa ambako alionana na mama aliyekuwa kampangisha marehemu Kitenge. Alizungumza naye mengi, akiuliza mengi ambayo alidhani au kuamini kuwa polisi wasingekumbuka au kujishughulisha kuuliza. "Mwenendo wa marehemu siku chache kabla ya kifo ..." "Wageni au rafiki zake wa karibuni." "Tabia na maongezi yao ..." na kadhalika. Pia, alihoji sana juu ya yule mwanamke ambaye alidai au kutishia kumuua marehemu. Majibu aliyoyapata aliona kama hayakuwa na msaada mkubwa. Bibi huyu alikuwa mtu aliyechanganyikiwa sana baada ya kuwa na kila hakika kuwa aliyemuua Kitenge ni yule 'malaya' kisha vifo vya aina na vya kutisha mno vikaendelea kutokea.

"Yawezekana kuwa mwuaji wa Kitenge ni yule mama. Huyu mwingine pengine anaitumia nafasi hiyo ili kutimiza dhamira yake tu," Joram alimshauri.

"Yawezekana, baba. Haya mambo kwa kweli yanatisha, yaweza hata kunitia wazimu kwa jinsi ninavyoyafikiria na kuwajibika kujibu maswali magumu kutwa kucha. Nadhani utaniwia radhi nipumzike baba."

"Bila shaka bibi," aliitikia Joram akiinuka na kumshukuru mama huyo. Kutoka hapo alienda mtaa wa India ambako alikutana na mke wa marehemu Wamangi. Joram alimkuta mjane kajiinamia huku mkononi kashika gazeti ambalo baada ya Joram kulitupia macho alifahamu kuwa lilikuwa na habari za mauaji hayo. Baada ya kumsalimu na kumpa pole mama huyo, Joram aliwataka radhi jirani wawili ambao waliketi kando ya mama huyo, wakimfariji kwa kuwepo kwao pale. Watu hao wakaondoka na kumwacha Joram na mama huyo ambaye alianza kutokwa na machozi.

"Usilie mama," Joram alimfariji, macho yake yakilikagua umbo la mama huyo na kuona kuwa umri wake wa kati ya miaka thelathini na arobaini ulikuwa haujauthiri sana uzuri ambao ni dhahiri uliwahi kuwemo katika umbo hilo nene lenye ngozi laini nyekundu. Macho ya mama huyu yalikuwa malegevu, pengine yaliashiria ulegevu wa moyo, pengine ulegevu wa mapenzi. Joram akiwa mzoefu wa mitazamo hiyo hakubabaika bali alianza kumtupia maswali kwa sauti yake nzuri.

"Nadhani polisi wamekuuliza mara nyingi swali hili mama, lakini mimi naomba si majibu bali maoni yako tu juu ya mtu ambaye anaweza kuwa kamwua mumeo. Yaani kufuatana na taarifa juu ya kifo hiki inaonyesha mwuaji ni mtu ambaye ama anaifahamu sana nyumba hii, ama alidhamiria kwa hali na mali kumwua mumeo. Vinginevyo, asingepanda ngazi zote hizi na kuthubutu kuua hali wewe umo kitandani. Unadhani ni nani mama?"

"Muuaji? Na huyu hapa aliyetajwa gazetini? Baba unauliza swali gani hilo? Kama una haja ya msaada ni kumsaka huyu mtu ili apatikane haraka," mama huyo alijibu kwa udhaifu.

"Nina maana," Joram alitamka baada ya kumpa mama huyo moja ya tabasamu zake ambazo humsaidia mbele ya wanawake kupata akitakacho, " .... nilikuwa na maana kuwa mtu huyo Bazile anaweza kuwa anafahamiana na mumeo au kuifahamu nyumba hii kiasi cha kufanya yote yale bila vikwazo? Yaani, kama nia yake ni kuua tu, kwa nini asivizie walevi huko Manzese na Buguruni? Kwa nini afanye kila njia kumwua mumeo?"

"Hata mimi nashangaa," mjane alijibu. "Nadhani hiyo ndiyo kazi yenu kama wapelelezi."

"Ni kweli," Joram alijibu akitabasamu tena, "Lakini tunahitaji msaada wako pia mama. Kwa mfano, juu ya kifo kilichotokea, we we na mumeo mlilala kitandani kama kawaida siyo?"

"Ndiyo."

"Ulipoamka ukajikuta bafuni, ukiwa umefungwa kamba mikono na miguu, mumeo akiwa kachinjwa ..." Joram alilazimika kusita mama alipoangua kilio. "Unadhani yawezekana katika usingizi wako wa kawaida mtu akufunge kamba na kukubeba hadi bafuni hali hujaamka tu?"

"Nimesema mara nyingi kwa polisi kuwa mtu huyo alitumia uchawi. Nashangaa walivyonicheka. Haijawahi kunitokea kamwe nikalala usingizi wa aina hiyo. Wala sifahamu mangapi mtu huyo alinitendea baada na kabla ya hapo." Akaangua kilio tena kwa sauti ndogo.

"Una hakika kuwa haukuwa usingizi wa kawaida?"

"Kila hakika. Unajua mume wangu alikuwa ndio bado karejea toka Zanzibar ambako aliishi kwa miezi miwili na zaidi kwa shughuli za kikazi. Sidhani kama nina haki ya kusema haya, lakini sina budi kukwambia kuwa kila arejeapo toka safari za mbali tulikuwa tukirejewa na ujana wetu. Tulilala au kukesha huku tumekumbatiana, kila mmoja akiwa hataki kumwacha mwenziwe. Fikiria basi, katika hali kama hiyo, nani mwenye uwezo wa kututenganisha bila uwezo wa mazingaombwe? Zaidi nashangaa kwa nini hamtaki kuamini kuwa uchawi ulitumika. Wangapi wameibiwa kwa njia hiyo?"

Joram aliendelea kuhoji madhumuni ya safari hiyo ya Zanzibar, ilikuwa lini, hali ya mume baada ya kutoka huko na mengi mengine. Majibu aliyopata yalikuwa ya kawaida kiasi cha kumfanya ashindwe kuona kama alikuwa akiendelea mbele au nyuma katika upelelezi wake. Hata hivyo, alinukuu mengi katika daftari yake kisha akamshukuru mama huyo na kuaga.

Baada ya hapo Joram alipanda basi ambalo lilimtua katika kituo cha mabasi cha Mkwajuni Kinondoni. Akasoma namba ya mtaa na nyumba ya marehemu Jugeni Kawamba. Joram hakuwa na matumaini mengi ya kumkuta mtu katika nyumba hiyo, hasa baada ya kuarifiwa kuwa marehemu alikuwa akiishi peke yake. Lakini alifurahi kukuta watu watatu jamii ya marehemu, wakiwa wamehamia hapo kulinda nyumba. Walimkaribisha kwa huzuni, huku macho yao yakimwuliza ni nani na alihitaji nini. Kama kawaida yake, alijieleza kwa hila na kisha kuanza kuwatupia maswali ambayo walibabaika kuyajibu. Alipoona msaada wao ni mdogo kwa jinsi ambavyo hawakuwa wakiishi na marehemu, aliinuka kuaga. Kabla hajainua mguu kuondoka, macho yake yalidakwa na ganda la tiketi ya ndege ya ATC iliyokuwa imeanguka chini ya meza. Akainama kuiokota. Aliposoma ilimsisimua zaidi. Ilikuwa ya kutoka Zanzibar, ikiwa na tarehe ile ile aliyoitaja mjane wa marehemu Wamangi mume wake alipotoka Zanzibar.

"Kunradhi, marehemu alienda fanya nini Zanzibar?" aliwahoji akimtazama mmoja wao, mwanamume mwenye ndevu nyingi kinyume cha wenzake japo walionekana wana umri mkubwa zaidi yake.

"Alikuwa wapi? Zanzibar?" kijana huyo alimhoji Joram badala ya kumjibu.

"Kufanya nini?" mwingine aliongeza.

Joram akagundua kuwa hawakuwa na habari zozote za karibuni juu ya marehemu ndugu yao. Akaondoka zake polepole baada ya kuwashukuru kwa mara nyingine. Nje ya nyumba, alilihifadhi mfukoni ganda hilo la tiketi huku akiingia katika teksi iliyosimama mbele yake ghafla.

"*Airport,*" alisema bila kumtazama dereva. Alikuwa akitazama saa yake ambayo ilidai ni saa tisa kasoro dakika kadhaa. "Tafadhali tupitie hapo Mapipa mtaa wa Kiyungi," aliongeza.

"Bila tafadhali," dereva alisema akiigeuza gari yake kiufundi na kutia mwendo kufuata barabara ya Morocco. Walipowasili nyumbani kwa marehemu Kitenge, Joram alifanya haraka kuingia ndani ambako alipokelewa na bi kizee kwa mshangao.

"Kunradhi mama, nimerudi tena baada ya kupata swali moja la muhimu. Nilitaka kufahamu kama marehemu amewahi kufanya safari yoyote ya Zanzibar hivi karibuni. Kwa ndege au meli."

"Siwezi kufahamu baba. Watu hapa mjini wanaweza kufanya lolote bila mtu wa chumba cha pili kufahamu. Na kama ni safari ya ndege si anaweza kwenda na kurudi bila watu kujua? Nasikia ni safari ya dakika kumi tu. Pengine..."

"Ahsante mama," Joram alimshukuru akiondoka haraka haraka.

"Tafadhali endesha gari kama mwanamume," alimweleza dereva. "Kama hujiamini acha niendeshe mwenyewe."

Dereva alitabasamu na kumwambia, "Utachoka mwenyewe." Naam. Joram alikubali kuwa wako vijana wanaojua kukimbiza gari.

Baada ya dakika chache tu gari ilikuwa tayari imewasili uwanja wa ndege wa Dar es Salaam.

"Nisubiri, tafadhali," alisema akimpa malipo yake. Kisha, akaenda katika chumba cha kuhudumia wasafiri ambako alikuta watu wengi wakihudumiwa. Akaingia upande wa watumishi na kujieleza vizuri kwa mhudumu mmoja wa kike ambaye alionekana kuvutiwa na tabasamu la Joram pamoja na sura yake zaidi ya maombi yake. Hata hivyo, baada ya muda mfupi, tayari alikuwa kamkabidhi Joram orodha kamili ya abiria wote waliosafiri katika ndege aliyoitaka Joram, siku hiyo hiyo tarehe 17 Machi 1984 saa ya kuondoka Zanzibar ikiwa kumi na moja kamili za jioni. "Niliwahudumia mimi," alisema kwa furaha.

Safari hiyo ilikuwa imefanyika katika ndege ndogo aina ya *Twin Otter*. Abiria walikuwa watano: majina ya wasafiri yalikuwa kama ifuatavyo:

J. Kawamba - S.L.P. 7170 1Dar es Salaam

B. Kwame - S.L.P. 6142 Dar es Salaam

F. Wamangi - S.L.P. 4700 Dar es Salaam

D. Kombo - S.L.P. 41421 Dar es Salaam
K. Key - S.L.P. 1600010 Dar es Salaam

Joram Kiango aliyanukuu majina hayo na kumshukuru msichana huyo. Baada ya kumtupia maneno mawili matatu ya ahadi za kukutana katika madisko ambazo alijua zisingetekelezwa na upande wowote, aliondoka haraka haraka.

Kichwani alikuwa na mawazo mengi. Hakuwa na hakika kama anachofanya ni kitu cha maana chenye manufa katika upelelezi wake. Hata hivyo, damu ilikuwa ikimsisimka kwa kushuku jambo katika safari au orodha hiyo. Tangu alipogundua majina ya marehemu wawili waliokufa usiku mmoja yakiwa katika orodha ya safari moja, alijikuta akihisi kuwa lipo jambo fulani katika safari hiyo ambalo laweza kuwa kisa au mkasa wa vifo vyao.

Lakini alikuwa akirudiwa na mashaka kwa kuona majina mawili tu. Jina la Bazile ambaye alikuwa mshukiwa wa kwanza katika mauaji yaliyokuwa yakiendelea lilikuwa halimo. Pia, jina la Kitenge marehemu wa kwanza - lilikuwa halimo. Yawezekana kuwa anaupoteza bure muda wake? alijiuliza alipojikumbusha msorokoto uliokuwa katika kesi au mauaji hayo: Kwanza yule mwanamke anayedai kwamba alimwua Kitenge na, pili, Bazile Ramadhani anayeaminika kuwa mwuaji na anaendelea kupigia simu polisi kuwa ataua tena. Aidha, kutoweka kwake machoni mwa polisi na uhodari wake wa ghafla, yote hayo yalishangaza. Yakoje mambo haya?

Joram akaamua kutosumbua kichwa chake hadi atakapopata nafasi ya kuwafahamu na ikiwezekana kujadiliana na abiria waliosalia ambao angeweza kuwapata.

Nje ya jengo la huduma za wasafiri Joram aliingia katika kibanda cha simu na kujipatia kitabu cha orodha za masanduku ya posta.

Akakipekua haraka haraka akitafuta anuani za abiria wale watatu ambao alikuwa hawafahamu. Anuani ya K. Key haikumsumbua sana. Mara moja aligundua kuwa haikuwemo katika orodha ya namba za masanduku. Ilikuwa imekosewa au imebuniwa. Kwa nini? Hakuwa na muda wa kujibu. Akaendelea kutafuta anuani nyingine.

Ya D. Kombo ilikuwa ya kazini kwake Kamata, Na B. Kwame ilisemwa *Snow Fund*. Mara moja Kiango akalikumbuka jina hilo pamoja na kukumbuka ilipo ofisi yake. Akatoka kibandani hima na kukimbilia kutuo cha teksi.

Gari iliyomleta kwanza ilikuwa imeondoka kitambo. Akavamia nyingine na kumwamuru dereva aichukue mbio iwezekanavyo kumfikisha mjini. Dereva hakuwa mbaya, ingawa Joram hakuridhika naye.

Saa kumi na moja kamili walikuwa mbele ya kituo cha mabasi ya Kamata. Joram akamtaka radhi dereva, akateremka na kuingia ofisini. Karani mwanamume alimtazama kwa makini.

"Tafadhali, nataka kumwona ndugu D. Komba," Joram alisema.

"Komba? Dismas Komba?" alihoji kijana huyo. "Leo siku ya ngapi sijui hajafika kazini. Watu wengi mno wanamtafuta hatujui kwa nini haonekani. Pengine kapata kazi nyingine, pengine amerusha mali za watu huko mitaani na kutoweka."

"Yaani hamna taarifa yoyote juu yake," Joram alifoka kwa mshangao na hofu ambayo ilianza kumpanda. "Hatuna taarifa ..."

"Mnajua wapi anakoishi?"

"Hakuna anayejua..."

"Hakuna! Ofisi nzima hii hakuna anayejua?"

Joram alifoka ghafla.

Sauti yake ilikuwa kali yenye amri ikamfanya kijana huyo kuinua uso kutoka katika majalada yaliyokuwa mbele na kumtazama Joram kwa makini zaidi. Ndio kwanza akayaona macho yake yalivyodhamiria na paji la uso lilivyokunjamana. Kwa muda kijana huyo aliduwaa. Joram, alipoona hivyo akamtia moyo kwa kucheka kidogo, kisha akaongeza kwa sauti laini kiasi.

"Sikia kaka, tuna shida kubwa ya kumpata haraka. Huwezi kufahamu mtu yeyote apayeweza kutuelekeza kwake?"

"Wewe ni CID?" Alihoji kijana huyo.

"La, ni mgeni wake tu."

Kijana huyo alionekana kutoliamini jibu la Joram. Hata hivyo alitoka ili kuwaona wenzake ambao wangeweza kumpa habari hizo. Aliporejea alikuwa na kipande cha karatasi chenye anuani ya Komba ambayo ilidai anaishi Kigamboni hatua kadhaa kutoka Kivukoni. Joram alimshukuru na kutoka huko akiitazama saa yake ambayo ilisema dakika chache mbele ya saa kumi na moja.

"Kigamboni," alimweleza dereva wake.

Walipita barabara ya Nkurumah na kuifuata hadi mnara wa saa ambapo walifuata mtaa wa *Railway* hadi *Sokoine Drive*. Msongamano wa magari ulivyokuwa mkubwa ilibidi gari iende polepole kwa mwendo ambao ulimchukiza sana Joram Kiango. Lakini baada ya muda alitabasamu alipoona ofisi ya makao makuu ya *Snow Fund* ikiwa wazi mbele yake. Mara moja akamwamuru dereva kusimamisha gari kando, akateremka na kufuata mlango wa ofisi hiyo.

"Kunradhi kwa kuchelewa kwangu," alimwambia askari wa mgambo aliyesimama mlangoni tayari kumzuwia. "Nina miadi ya kuonana na Bwana Kwame."

"Saa hizi?" alihoji Mgambo huyo. "Tulikuwa tukifunga. Tumechelewa kidogo..."

"Unazidi kucheleweesha. Atakufukuza kazi kwa kuniweka hapa muda mrefu," Joram alitishia.

Mgambo huyo akatabasamu kidogo kuficha hofu iliyomwingia, "Pita hapa," akaelekeza. "Uende moja kwa moja hadi mlango ulee utamwona katibu wake umweleze shida yako. Sijui kama atakuruhusu. Wafanyakazi wote wamekwisha toka."

Joram alimwacha akiendelea kusema. Alipofika chumba hicho aligonga na kufungua mlango. Macho ya msichana mwenye dalili zote za uanamji yakampokea kwa mshangao. "Unataka nini saa hizi?" aliuliza alipoona Joram akijiweka kitini.

"Samahani mpenzi," alisema akiachia moja ya zile tabasamu zake.

Nina ahadi ya kuonana na Bwana Kwame."

"Hana miadi ya kuonana na mtu yeyote leo. Isitoshe, saa zimekwisha," msichana alimjibu.

"Ni kweli dada yangu. Lakini mwambie kuwa kuna mgeni wake anayetaka kuzungumza naye jambo muhimu.

"Jambo gani?"

"Mwambie ni juu ya safari yake ya Zanzibar majuzi." "Imefanya nini?"

Joram akachoka na upuuzi wa katibu huyo. "Sikia *sister*, kama huwezi kumwambia lete simu nizungumze naye mwenyewe," alisema huku tayari amevamia mkono wa simu. Binti huyo akaupokonya mkono huo na kubonyeza kidude kilichomwunga na bosi wake.

"Jina lako nani?" akamwuliza Joram. "Wananiita Kalulu bin Kalulumanga." "Nani?"

Joram akalirudia jina hilo la bandia. Baada ya maswali mengi kiasi aliruhusiwa kwenda. Ikamshangaza Joram kuona ilivyokuwa safari ndefu kumfikia "bosi" huyo. Ilimlazimu kupita vyumba vidogo vidogo zaidi ya vitatu ambavyo havikuwa na chochote zaidi ya taa za umeme ambazo zilitoa nuru kali sana. Mjenzi wa aina gani huyu asiye na wazo lolote la kiuchumi kiasi cha kujenga hivi? alijiuliza Joram. Alipoufikia mlango wa Kwame aliukuta ukiwa wazi.

Macho makali yaliyofunikwa na miwani nyeusi yalimlaki. Macho ya Kwame, ambaye alikuwa kaketi nyuma ya meza pana iliyozingirwa na viti kadha wa kadha, mfano wa chumba cha mikutano. Kwame alikuwa kavaa suti ya kijivu ambayo ilimkubali vyema na kuoana na umbo lake refu, nene lenye nguvu. Ofisi nzima ilikuwa katika hali ya kuvutia, mapambo ya aina mbalimbali, vinyago vya aina aina na vitu vingine ambavyo Joram hakuweza kuvifahamu vikiwa vimepangwa vyema kabisa. Macho ya Joram yalitambaa kwa muda juu ya vitu hivyo kama ambaye hakusikia Kwame akiuliza kwa mara ya pili;

"Unataka nini kijana?"

"Ofisi hii nzuri sana bwana Kwame," Lilikuwa jibu la Joram.

"Nadhani hukuja hapa kuisifu ofisi yangu. Sema unachotaka kisha uende zako. Nina shida za muhimu ambazo zimeniweka hapa hadi saa hizi."

"Usijali. Mimi pia sina muda wa kuchezea," Joram alimjibu. "Nimekuja kwa nia njema kwako. Nadhani unafahamu mauaji ambayo yanaendelea kutokea?"

"Mauaji gani? Haya ya huyu mwehu ambaye anaendelea kuua ovyo? Hiyo ni kazi ya polisi. Wewe ni nani hata unifuate kuyajadili? Nami nahusika vipi?"

Joram hakujishughulisha na kuyajibu maswali ya Kwame. Badala yake aliongeza swali jingine, "Unamfahamu kijana huyo muuaji mzee?"

"Kumfahamu vipi?" Kwame alihoji akimchunguza Joram kwa makini zaidi. "Namfahamu kupitia magazetini, tangu alipojitokeza kuwa muuaji," akaongeza.

"Hujamwona ana kwa ana kabla ya hapo? Huko Zanzibar..."

" "Sijamwona kabisa. Wala sitaki kumwona," alidakia. "Suala la Zanzibar linahusika vipi na mjadala huu?"

Ndiyo. Umegusa dhamira bwana, Kwame. Nimekuja hapa kukutahadharisha kuwa maisha yako yapo mashakani. Muuaji huyu anaua watu wote mliosafiri katika ndege moja tarehe 17 machi kutoka Zanzibar. Wawili wamekwisha kufa. Bado wewe na wenzako wawili."

Joram alisita kuona habari hiyo inavyomwingia Kwame. Hakuona chochote zaidi ya tabasamu dogo lililofuatwa na sauti ambayo ilikwaruza kidogo ya Kwame aliposema;

"Upuuzi ulioje? Nani aliyekuambia hayo?"

"Nani aniambie. Nimefanya uchunguzi na kuona. Dakika yoyote muuaji aweza kukufikia wewe au yeyote kati yenu. Ushirikiano wako ni muhimu mno bwana Kwame. Ni..."

"Wewe ni nani?" Kwame alikatiza tena.

"Kwa jina ni Kalulu, kama nilivyokwambia. Swali lako halina maana sana kwa sasa. Tunachotaka ni maelezo yote uliyonayo juu ya safari hiyo, yepi yaliyotokea ambayo yangeweza kuleta kitu kama hiki. Vilevile naomba uniambie yukoje msafiri mwenzenu aliyejiita K. Key."

Joram aliona tahayari katika macho ya Kwame mara alipolitaja jina hilo. Hapana, alikosea. Lilikuwepo tabasamu usoni mwake! Tabasamu la dharau au kebehi! Nyuma ya tabasamu hilo macho ya nafsi ya Jorarn yalisoma kitu kabisa. Kitu ambacho ni kinyume cha tabasamu.

"Sikia kijana," alisema Kwame baadaye." Sina muda wa kupoteza hapa. Wala sina jibu lolote la kumpa C.I.D. au wewe, kwani nikiwa safarini sijishughulishi na jambo lolote la mtu au mtu yeyote zaidi ya shughuli zangu. Zaidi, siamini kama una lolote la ukweli katika maongezi yako. Yaelekea wewe kama si punguani wa akili u muhuni mwenye nia nyingine nje ya madai yako. Kwa hiyo, kabla sijakuitia polisi inuka uondoke zako haraka. Na angalia usirudi hapa tena."

Joram akacheka, "Yaelekea unajua mengi Bwana Kwame," akamwambia. "Shukrani kwa kunionyesha hali hiyo. Nakwenda na nitarudi nikiwa na jambo ambalo litakusisimua zaidi." Akainuka.

"Na kama madai yako ni ya kweli, huoni kuwa unakitafuta kifo kwa miguu yako mwenyewe? Ungali kijana sana bwana mdogo. Kifo chako hakiwezi kunifurahisha hata kidogo."

Lilikuwa kama onyo la kidugu. Lakini masikioni mwa Joram akiyatazama macho ya Kwame ambayo yalikuwa mbali na udugu, lilikuwa tishio kati ambalo lilikusudiwa kumfanya aache harakati zake zote. Jambo ambalo lilimfanya Joram atabasamu tena kwa namna ya kumweleza Kwame: "nimekuelewa," Lakini hakusema hilo.

"Nakushukuru tena ndugu Kwame, tutaonana ..." akageuka na kuvuta hatua kuelekea mlangoni.

Sura ya Sita

"_So this is Joram Kiango_" Kwame alinong'ona akitazama picha tatu ambazo zilifotolewa na mashine yake maalum pindi Joram alipoondoka. Ilikuwa baada ya kulinganisha picha hizo na zile kadhaa za Joram ambazo hutokea magazetini, zilizohifadhiwa katika mafaili yenye habari zake na watu wengine ambao Kwame aliona haja ya kuhifadhi harakati zao.

Alizitama picha hizo kwa makini, akihusudu uangavu wa macho ya Joram ambao ulidhihirisha busara na ubishi. Kadhalika alivutiwa na umbo lake refu lililokaa kiriadha. _Joram Kiango_! akanong'ona tena akizidi kutabasamu. "Well ..." akasita akiukunja ghafla uso wake.

Alikuwa amelikumbuka lile pendekezo la mmoja wa wanakamati wenzake ambaye alitaka Joram auawe au kufanyiwa njama za kufungishwa jela kwa muda pindi harakati zao zikiendelea. Kwamba angeweza kuingilia kati na kuharibu mipango yao yote kwa ukatili zaidi ya polisi. Lakini yeye Kwame alilidharau pendekezo hilo kwani kwa kadri alivyomfahamu Joram alimwona kama kijana mtundu tu, _play boy_, ambaye huingilia harakati za kitoto na kufanikiwa kuziharibu;si hizi ambazo zilikuwa zikifanywa na wasomi waliokubuhu katika fani ya ujasusi huku hatua zote na za zaida zikiwa zimechukuliwa kuweka siri.

"Hivyo, ilimshangaza sana kuona tayari Joram amemfikia na kuuliza maswali ambayo yalimdhihirishia kuwa alikuwa hajapata picha yoyote dhidi ya mipango yao. Kuja kwake hadi mbele yake ilikuwa kubahatisha tu kama wasemavyo Waingereza "_a shoot in the dark_". Hata hivyo, Joram hakuwa mtu wa kuruhusiwa zake vivi hivi. Aweza kuwa hajui lolote lakini pengine ameona kitu katika mambo ya Kwame. Hastahili kupewa mwanya wa kufikiri lolote. Akainua mkono wake na kubonyeza kidude fulani kilichowekwa kwa siri nyuma ya meza yake. Mara sauti ikasikika ikitokea katika kijisanduku kilichokuwa mezani ikisema:

"Namba two here. On duty, sir,"

"Vizuri," Kwame alimjibu. "Umemwona mtu aliyetoka humu ndani sasa hivi?"

"Nimemwona mzee."

"Ni mtu hatari. Nataka afuatwe na kuangaliwa kila anachokusudia kufanya. Asiruhusiwe kuongea na watu hatari ambao orodha yao unayo. Sawa?"

"Bila shaka mzee. "

"Huenda nikayahitaji maisha yake wakati wowote baada ya uchunguzi wangu. Nitapenda kazi ifanyike vizuri sana. Afe kwa ajali ya gari, kizunguzungu au maradhi yoyote ambayo hayatamshangaza yeyote. Sawa?"

"Bila shaka, mzee."

"*Well.*"

** * *

Nje ya nyumba hiyo, Joram alisita mlangoni akijaribu kuyaunga maandishi yote aliyoyasoma katika sura ya Kwame ili aupate kikamilifu ujumbe uliokuwemo. Haikuwa rahisi.

Mambo yote yalikuwa nusu nusu kiasi cha kutopata ujumbe kamili.

Alichoweza kufanya ni kupata hisia tu. Hisia ambazo zilimfanya amshuku Kwame kwa jambo moja au jingine. Alimshuku hasa kwa hotuba zake ambazo zilidhamiria kumtisha. Kwa nini atishwe? Na ilikuwa vipi hata maongezi yake na Kwame yawe kwa namna ya uadui badala ya urafiki? Lazima lilikuwepo jambo. Na lazima afahamu ni lipi jambo hilo.

Wazo au mawazo hayo yakamtia shauku hata akajikuta kajawa na hamu kubwa ya kuendelea na upelelezi wake. Kwa hatua ndefu ndefu akaliacha eneo la ofisi hiyo na kuliendea gari aliloacha likimsubiri. Rohoni akihisi kama anayetoka makaburini au kuzimu na kurejea katika dunia hai.

"Twende zetu *brother*," Joram alimweleza dereva ambaye alikuwa kainamia usukani akifikiri au kusinzia.

"Wapi?"

"Kwa nini? Tunaenda Kigamboni."

"Kweli! Nilikuwa naanza kusahau, alijibu akitia gari moto kuiongoa polepole. Msongamano wa magari uliwafanya wapoteze dakika kadhaa kabla ya kupata mwanya wa kurejea barabarani. Walipoupata na kuanza kuifuata *Sokoine Drive Joram*, bila kujua kisa cha hofu yake, alijikuta akitazama kila upande kuhakikisha kama halikuwepo gari lolote linalowafuata. Baada ya kusoma kitu kile kisichoelezeka katika macho ya Kwame hakutaka ifahamike na yeyote wapi anakoelekea. Hakuona kama ilikuwepo gari yeyote inayowafuata kati ya msafara uliokuwa nyuma yao. Hata hivyo, alimshauri dereva kuiacha *Sokoine Drive* na kuifuata *Samora Avenue* akipitia barabara ya Makunganya. Ni hapo alipoona gari moja iliyokuwa mbele yao ikisita kidogo. Kisha iliendelea na safari. Ilikuwa *Datsun* yenye namba ambazo Joram hakuweza kuzisoma kikamilifu.

Wakiwa katika barabara hiyo ya Samora mbele ya jengo la Kitega Uchumi, Joram aliona gari ile ya *Datsun* ikitokea mbele yao kasi na kuwapita baada ya dereva kumtupia Joram jicho la haraka haraka. Ndipo Joram alipopata hakika ya kufuatwa huko. Akamwamuru dereva kusimama, akamlipa na kumtaka aondoke.

"Kwa nini ndugu? si tunaenda Kigamboni?" alihoji dereva huyo kwa mshangao.

"Nimebadili mawazo. Nitaenda siku nyingine."

"Pamoja na hayo ndugu, itakuwaje nikuache ovyo namna hii? Si bora nikufikishe nyumbani kabisa."

"Usijali."

Baada ya kufanikiwa kumwondoa dereva huyo, Joram aliingia katika jengo hilo na kupanda kwa lifti hadi gorofa ya tano ambapo aliacha lifti na kusimama kando ya dirisha akichungulia chini. Haikumchukua muda kabla hajaiona *Datsun* ile ile ikirudi popole na dereva wake kutoka nje na kutazama huku na huko. Ilikuwa dhahiri kuwa alimwona Joram alipoachana na ile teksi. Ilikuwa dhahiri pia kuwa mtu au watu hao walimhitaji Joram binafsi, si dereva wa gari ile. Baada ya kupata hakika hiyo, Joram aliteremka chini na kutoka nje ya jumba hilo kwa mwendo wa kawaida, kama ambaye hakujua kuwa kuna mtu anayemsubiri. Joram alipita kando ya gari hiyo bila kuitazama na kuanza kurudi katikati ya jiji. Mara tu alipoipita, *Datsun* ilitiwa moto na kuendelea na safari kama gari yoyote isiyo na shughuli na Joram. Lakini jambo hilo halikumpumbaza Joram hata kidogo. Badala yake ilikuwa ushahidi mwingine ambao ulimtia hakika kuwa anapambana na timu kubwa inayojua wajibu wao. Kwani kuondoka kwa dereva huyo kulimaanisha kuwa huko aendako Joram alikuweko mtu au watu ambao wangeendelea na jukumu la kumfuata.

Hayo yalimfanya Joram acheke rohoni. Kadhalika damu ilimchemka na akili yake kuchangamka. Alihisi kuwa tayari ameingia katika mapambano. Ingawa alikuwa hajawafahamu adui zake, bado alifarijika kwa kuona kuwa adui hao tayari waliujua uwezo wake ndipo wakachukua hatua hizo za kumfuatafuata wajue lipi anafanya. Lipi zaidi angehitaji zaidi ya hilo kupata hakika kuwa alikuwa amegundua jambo fulani katika upelelezi wake dhidi ya vifo vya akina Kitenge? Sasa alichohitaji Joram kilikuwa kitu kimoja tu; kumjua adui huyo. Baada ya kumfahamu, isingemchukua muda kufahamu kiini cha mauaji hayo yote.

Kwa Joram Kiango kumjua mtu anayemfuata halikuwa tatizo.

Alichofanya ni kuendelea kutembea polepole huku akiwa na hakika kuwa anafuatwa. Alipoifikia sanamu ya askari, alipanda kufuata barabara ya Maktaba.

Alisita kidogo mbele ya maktaba ya Wafaransa akitazama picha zilizowekwa ukutani, kisha aliendelea. Akapinda kona kuifuata barabara ya Jamhuri. Baada ya kuifuata kidogo, aliacha barabara na kufuata uchochoro mdogo wenye giza. Hapo, alijificha akichungulia barabarani. Haikuchukua muda kabla hajaona mtu mrefu mwenye dalili zote za tabia ya kutumia nguvu akifika hapo na kutazamatazama.

Mtu huyo alisita, kisha akajitoma kuufuata uchochoro huo. Alitembea kwa tahadhari na uangalifu.

"Unanitafuta mimi ndugu?" Sauti ya Joram ilimgutusha mtu huyo. Kabla hajajua afanye nini alipokea pigo la judo ambalo lilimtua vyema shingoni. Akalalamika na kuanza kuanguka. Lakini Joram alimdaka na kumweka chini kistaarabu huku akimzindua kwa ngumi ya uso. Mtu huyo alijaribu kujitetea lakini pigo jingine la Joram usoni mwake lilimlegeza kabisa. Akakoroma kwa maumivu huku akiruhusu damu kumtoka kinywani na puani.

"Hiyo ni kukufahamisha kuwa sipendi kufuatwafuatwa," Joram alimweleza kwa kebehi. "Sasa nataka uniambie mara moja nani amekutumeni kunifuata?" Jitu hilo liliguna tu. Joram akalizawadia pigo jingine ambalo lilifanya lilalamike na kusema kwa udhaifu.

"Utaniua bure. Mimi simjui mkubwa wangu. Napewa amri na mtu mmoja anayeitwa Kauzibe bin Kaubandike. Nasikia naye pia si mkubwa wala hatumjui mkubwa wetu."

"Mnapewa amri gani?" Joram alizidi kusaili.

"Amri ya kufanya lolote, hata kuua ikibidi. Hatujali, tunachojali ni pesa ambazo ni nyingi."

"Leo pia kawapeni amri ya kunifuata?" "Ndiyo."

"Saa ngapi?"

"Muda mfupi tu uliopita. Ilikuwa amri ya haraka sana."

"Ilisemaje amri hiyo?"

"Tulipewa picha zako. Tukaambiwa usivuke kwenda Kigamboni. Ukilazimisha kufanya hivyo tukuuwe. Hivyo endapo ungelazimisha ukiwa ndani ya gari ile ajali ingetukia. Na ingekuwa mwujiza kama ungepona."

"Mko wangapi?"

"Tuko wengi sana, lakini hatufahamiani. Sasa hivi watafika hapa endapo nitachelewa."

Joram alijua huo ni ukweli ambao pia ulikusudiwa kuwa tisho kwake. Akaikagua mifuko ya mateka yake na kupata bastola ambayo aliipachika mfukoni mwake na vitambulisho vya uongo ambavyo alivichana.

"Unasikia wewe?" alifoka baadaye. "Mwambie yeyote huyo unayemwita bosi wako kuwa sipendi mzaha wa kufuatwa. Ningeweza kumwonyesha kuwa sipendi tabia hiyo kwa kukufanya wewe maiti, aiokote kesho, maadamu wewe ni mtumwa nimekusamehe. Mwambie akithubutu tena kufanya hivyo atapata salamu za Joram Kiango."

Jina hilo lilimfanya mtu huyo agutuke na kutoa macho ya mshangao na kutoamini.

"Nani... Joram..." Joram hakumjibu, aliondoka zake pole pole lakini kwa hadhari zaidi.

Dakika kadhaa baadaye, hakuwa Joram Kiango yule yule tena.

Alikuwa mtu mpya aliyebadilika kimavazi kiasi cha kuweza kumchanganya mtu yeyote. Sasa alivaa suti yake nyeusi, tai nyeusi, shati jeusi na kofia nyeusi. Kitu pekee cheupe mwilini mwake kilikuwa kitambaa cheupe alichofunga shingoni. Kitambaa ambacho kukiondoa hapo kungeweza kumfanya aonekane kama kivuli au sehemu ya kiza ambacho kilitanda kwa silaha zake ambazo ni pamoja na bastola, visu, nyembe, tochi yenye ukubwa wa kalamu na madawa ambayo humsaidia katika shughuli zake.

Akiwa karidhika na hali yake, aliacha makazi yake, sehemu za Ilala, na kukiendea kituo cha basi ambapo alijiunga na watu walokuwa wakisubiri usafiri wa kwenda mjini kufunga siku kwa starehe za densi, sinema au vinywaji.

Hayo yalikuwa yakitokea dakika arobaini na tano tu baada ya Joram kumwacha mahututi yule jambazi aliyekuwa akimnyemelea katika vichochoro vya mtaa wa Jamhuri. Alikuwa amesafiri haraka haraka, akisaidiwa na usiku ulioanza kutawala na kumficha ili asionwe na gaidi mwingine na kuweza kusumbuliwa pindi akienda kwake, jambo ambalo hakupenda litokee kamwe. Alipofika nyumbani alipiga simu ya haraka kwa katibu wake kumjulisha hali ilivyo, kisha hima akaanza kubadili mavazi na baadaye kujitokeza mitaani akiwa kama alivyo. Sura ikionyesha utulivu, mavazi yakitangaza starehe hali rohoni kabeba furushi la mashaka na taharuki kwa kufikiria jukumu lililokuwa mbele yake.

Hofu yake haikuwa juu ya maisha yake, ingawa kwa mujibu wa taarifa ya yule jambazi aliyepambana naye dakika chache zilizopita, alifahamu kuwa anaelekea katika eneo la hatari sana. Hasa, hofu yake ilikuwa juu ya maisha au usalama wa mtu aliyekuwa akimfuata: Dismas Komba. Aliamini kuwa yumo mashakani. Moyo ulimshawishi kufanya haraka sana ili ajaribu kumtoa nje ya hatari hiyo.

Lilitokea basi lielekealo Posta, Joram alikuwa mtu wa kwanza kulidandia. Na lilipowasili aliwatangulia wote kuteremka. Akafanya haraka kuchukua teksi ambayo ilimfikisha *ferry* ambako alijiunga na wavuvi pamoja na watu wengine waliokuwa wakinunua samaki. Alijitia mteja wa kawaida lakini macho yake yalikuwa kazini yakisoma sura za watu kuangalia kama alikuwepo yeyote kati ya maadui ambao walipewa jukumu la kutomruhusu kufika Kigamboni. Aliporidhika na nyuso hizo alimshawishi mvuvi mmoja, kijana, ambaye alikubali kumvusha hadi upande wa pili kwa shilingi hamsini akitumia ngalawa yake.

Joram alimsaidia kijana huyo kwa kupiga kasi kwa namna ambayo ilimchekesha sana kijana huyo kwa jinsi asivyofahamu kazi hiyo. "Acha tu, mzee," alisema kijana huyo. Kisha alibadili sauti katika kicheko chake na kukifanya kiwe cha kitu kama dharau au mshangao. Kicheko hicho kilifuatwa na swali lililodai, "Yaonyesha utajiri sana mzee."

"Kwa nini?" alihoji Joram.

"Watu wenye fedha ndogo kama mimi si rahisi kukodi mtumbwi.

Pantoni iko pale na inachukua watu bure kwa haraka na usalama zaidi."

Ikawa zamu ya Joram kucheka. Kijana huyu hakujua kuwa alikuwa ameepuka pantoni hilo kwa hadhari akijua kuwa kama kuna ulinzi wowote dhidi yake, haikuwepo sehemu nzuri zaidi ya hapo kivukoni. Hivyo, alikuwa akiepuka kuonekana na jicho ambalo halikustahili kumwona hasa kwa wakati huo. Lakini alimjibu kijana huyo kwa kumlaghai, "Siku nyingi mno sijasafiri katika chombo kidogo kama hicho. Hizo shilingi hamsini nilizokupa ni kati ya mia ambazo nimezipata katika mchezo wa bahati nasibu. Hazikuwa katika bajeti."

"Kwa nini basi usingekuja mchana? Saa mbili u nusu za usiku! Utafaidi nini?"

"Safari ya usiku naipenda zaidi."

Walipowasili upande wa pili nje kabisa ya kituo cha kawaida, Joram alimshukuru kijana huyo na kisha kuanza safari ya kuingia Kigamboni. Akiyafuata maelekezo ya yule mtumishi wa Kamata alifikia nyumba ambayo alidhani ingekuwa ya Komba. Lakini mara baada ya kuuliza kwa mtoto aliyeketi nje ya nyumba hiyo aligundua kuwa aliikosea.

"Ni ile pale. Si yule Komba wa Kamata?" "Ndiye."

"Ile pale." Joram alipoanza kuondoka ili aiendee, mtoto huyo alirnzuwia kwa kusema, "Unakwenda pale mzee? Hapafikiki siku hizi. Hasa usiku kama huu!"

"Kwa nini?"

"Pana miujiza sana. Mambo ya ajabu yanatokea katika nyumba ile. Nadhani kuna jini au majini."

"Kwani vipi bwana mdogo?

"Mengi yanatukia pale. Wapangaji wote wamehama. Amebaki Dismas peke yake. Inasemekana kuwa anajifungia chumbani usiku na mchana. Bila shaka kati ya kesho na kesho kutwa atakuwa chizi."

Joram akajikuta akizidiwa na hamu ya kuyaelewa maongezi hayo.

"Kijana, nieleze vizuri nikuelewe. Unataka kusema kuwa kuna mambo ya ajabu ajabu yanayotokea katika nyumba ile? Kama yapi? Nieleze hatua kwa hatua."

"Ni habari ngumu kueleweka. Watu wanadai kuwa kabeba jini toka Unguja alikokwenda hivi karibuni. Tangu alipotoka huko mambo yake hayaeleweki. Siku ya kwanza aliporudi, alikuwa katika hali ya kawaida. Usiku huo alisikika akilia na kunyamaza ghafla. Jirani aliyeamka na kumwendea alirudi mbio akilia ati kapigwa kama jiwe tumboni na mtu asiyeonekana. Asubuhi waliomwona Dismas walidai kuwa alikuwa kachubuka usoni na damu ikiwa imekaukia puani. Yasemekana alitoka ili aende mjini, akaingia katika pantoni na kuvuka ng'ambo, lakini liliporudi alirudi nalo huku akitetemeka.

Ni hapo alipoanza tabia ya kujifungia ndani. Yasemekana pia kuwa wapangaji hao waliohama walikuwa wamelala ndani lakini walipoamka alfajiri walijikuta wamelala nje, uchi wa mnyama, hali vitu vyao humo ndani vikiwa vimetapanywa ovyo ovyo. Hata sisi watoto ambao huwa tukichezea mbele ya nyumba hiyo tumeacha baada ya mwenzetu mmoja usiku wa juzi kutoweka ghafla na kuokotwa baada ya muda mrefu kalala ufukoni. Alipoulizwa kilichomfanya alale huko na vipi alienda huko hakuwa na jibu zaidi ya kushangaa tu."

"Ni hadithi nzuri," Joram alimjibu akitabasamu. "Sio hadithi. Yametokea na yanaendelea kutokea..."

Joram hakuwa na nafasi ya kumsikiliza zaidi. Mawazo yake tayari yalikuwa kazini yakiifikiria taarifa hiyo. Macho yake pia yalikuwa yakipambana na kiza kujaribu kutazama eneo la nyumba biyo ambayo kiasi ilijitenga na nyumba nyingine kutokana na utaratibu usioridhisha wa mjenzi au mpimaji. Nyumba hiyo ilizungukwa na kichaka kikubwa cha miti au maua yasiyo katika utaratibu mzuri. Kwa mtu kama Joram ilikuwa rahisi kuhisi kuwa kichaka hicho kingeweza kuwa hifadhi nzuri ya mtu au watu ambao walidhamiria kumtendea Dismas Komba jambo fulani, si kama walivyodhani watu wengine kuwa ni majini yaliyofanya yote hayoo. Joram alishuku pia kuwa kile kitendo cha watoto na majirani kilidhamiriwa kuwaweka watu wote mbali ya eneo hila ili wapate nafasi nzuri ya kuendelea na harakati zao. Harakati ambazo zilikusudia kupoteza maisha ya Komba. Kwa nini?

Hakuwa na nafasi ya kujijibu maswali hayo. Damu ilikuwa ikimchemka na moyo kumwenda mbio huku nafsi ikimshawishi kufanya haraka kabla halijatukia lolote baya zaidi kwa Komba. Hata hivyo, baada ya kumshukuru mtoto huyo kwa sauti ambayo haikuonyesha kuwa kaamini lolote kati ya hayo, aliondoka zake polepole akielekea upande mwingine. Mikono yake ilikuwa shingoni kuondoa kile kitambaa cheupe. Mara akawa kama kivuli. Ili kupima kama alikuwa katika hali ya kuridhisha alipiga hatua mbili nje ya barabara na kusimama. Watu wengi walipita bila ya kumwona. Mara alitokea mzee, kafuatana na binti mwenye umri wa mjukuu wake. Walikuwa wakizungumza mambo ambayo yalimshangaza Joram kupita kiasi. Walipomkaribia zaidi walisimama na kuendelea na maongezi yao. Nusura atokwe na kicheko kwa kusikiliza utongozaji huo wa kizamani mno. Lakini alijikuta akishindwa kustahimili kuondoka pindi maongezi hayo yalipopamba moto na kubadilika kuwa mahaba kwa mtindo ambao Joram hakutegemea kuwa binti mdogo kama huyo angediriki kumtendea babu wa kiasi hicho.

Aliondoka kwa kunyata akiifuata nyumba ya Dismas Komba.

Alipoikaribia alitafuta nafasi nzuri katika kichaka cha maua na kuketi chini akisubiri.

Alisubiri sana. Kusubiri ikiwa moja miongoni mwa shughuli zake hakukinai kuketi hapo, akivumilia mirija ya mbu huku macho yake ambayo yalikwisha zowea giza yakiwa wazi kutazama lolote. Nia yake ilikuwa ifike saa saba au nane ya usiku ndipo aendelee na safari yake hadi katika nyumba hiyo ambamo alikusudia kuonana na Komba. Kwenda papara baada ya kusikia "hadithi" ya yule kijana juu ya nyumba hiyo isingetofautiana na nondo aendavyo katika mota kwa tamaa ya mwanga.

Joram alipoitazama tena saa yake na kuona ikikaribia saa sita za usiku, alianza kujiandaa kuisogelea nyumba hiyo. Nia yake ikiwa ashughulikie dirisha moja au mlango na kuingia ndani ambako angehitaji kupata hakika kama Komba yumo iwapo bado yu hai na ana nini la kuzungumza. Alipokuwa akifikiria kupiga hatua kwenda, aliona kitu kama sehemu ya kiza ikichezacheza hatua kadhaa mbele yake. Baada ya kutazama kwa makini aliona dalili za kiumbe hai, kikitembea polepole kuiendea nyumba hiyo hiyo. Alikuwa mtu. Kavaa mavazi meusi kama yake. Macho ya Joram yaliongeza juhudi kutazama kama mtu huyo alikuwa peke yake. Hakuona dalili ya mtu mwingine. Ndipo Joram alipoinua mguu mmoja baada ya mwingine kwa hadhari na utulivu kama kivuli akimfuata.

Mtu huyo alipoufikia mlango hakuchelewa sana kuushughulikia, ukafunguka polepole naye akaingia huku akiufunga. Joram alimpa dakika mbili tatu kisha akausogelea mlango na kuujaribu. Haukuwa umefungwa. Akaufungua na kunyata ndani huku masikio yake yakiwa wazi, mkono wake ukiipapasa bastola yake.

Humo ndani kulikuwa na kiza ambacho kilitisha mno. Nuru hafifu sana ilionekana kwa shida kutoka chumba kimoja. Joram alikifuata chumba hicho na kutega sikio lake katika tundu la ufunguo akisikiliza. Haikuwepo haja ya kusikiliza kwa makini kiasi hicho. Sauti ya mtu au watu wanaogombana kidhaifu ilimfikia kwa urahisi. Mmoja alikuwa akisema "Wapi? Usiposema nitakuua..." Mwingine alilalamika tu. "Nitakuua kweli," ilidai tena sauti hiyo nzito zaidi. Ikafuatwa na malalamiko ya maumivu makali. Joram hakustahimili zaidi. Akaufungua mlango kimya kimya kwa haraka zaidi na kujitoma ndani. Aliingia wakati mzuri sana wa kuwa shahidi aliyeshuhudia jisu kali na refu likiingia katika kifua cha mtu aliyelala juu ya sakafu.

Pigo la pili Joram alilizuwia kwa kumpiga mwuaji huyo judo ya shingo. Hakuwa amelipiga vizuri pigo hilo, kwani badala ya mtu huyo kuzirai kama alivyotegemea Joram, alishangaa kumwona akiinuka na kumtazama Joram kwa macho makali yenye mshangao. Joram akaachia pigo jingine. Hili lilimwingia mtu huyo, lakini halikumtosheleza. Alichofanya ni kupepesuka kidogo tu na kuinuka tena akimjia Joram huku kajiandaa tayari.

Joram akaona kuwa alikuwa kakutana na mtu hatari kwa judo. Akajiandaa vyema zaidi. Mtu huyo alimjia Joram mikono yake iliyotapakaa damu ikiwa imetangulia. Joram alimwepuka na kurusha *kung fu* ambayo ilikwepwa ikifuatwa na karate ambayo ilimkubali Joram ubavuni. Kabla hajakaa vyema pigo la pili lilimtua shingoni.

Joram alitamani kuuzamisha mkono wake mfukoni ili apate bastola yake, lakini alihisi hiyo ni dalili ya uoga na bado alifurahia nafasi hiyo ya kuupima uwezo wake kijudo. Hata hivyo alijutia uamuzi wake huo baada ya dakika kadhaa za mapambano na kujikuta katupwa chali mikono ya jitu hilo ikitambaa kooni ili kumkaba. Joram alijitahidi kurusha mateke na mikono, haikusaidia. Mikono ya mtu huyo ilikwisha pata koromeo lake na sasa ilianza kumkaba kwa nguvu kana kwamba ni vidole vya chuma. Macho yakaanza kumtoka Joram kwa hofu. Lakini macho hayo yalibadilika na kutazama kwa faraja pindi alipoona yule mtu aliyekuwa sakafuni akijikongoja kuinuka na kuchomoa jisu kutoka kifuani mwake na kukididimiza mgongoni mwa adui aliyemkalia kifuani. Lilikuwa pigo dhaifu mno, lakini lilimfanya mtu huyo kumsahau Joram na kugeuka nyuma. Joram aliitumia nafasi hiyo kuachia pigo zito la mwisho. Pigo ambalo lilitimiza wajibu wake. Muuaji akaanguka sakafuni. Joram akamwahi kwa kumtia kamba za miguuni na mikono haraka haraka. Kisha akamwinamia ili kutazama vizuru.

"Mama."

Sauti hiyo ikamzindua Joram. Akamwacha muuaji huyo aliyelala kama mzoga na kumsogelea mtu huyo aliyekuwa akijaribu kuinuka ili ainue tena jisu na kummalizia adui yake. Joram hakuwa na haja ya kuambiwa kuwa mtu huyo alikuwa Dismas Komba.

"Ahsante kwa kuokoa maisha yangu Bwana Dismas," alimweleza haraka haraka. "Unadhani kwa nini walitaka kukuua?" akauliza.

"Wamekwisha niua... Nakufa..." Komba aliendelea kulalamika.

"Wewe sio mmoja wao?"

"Mimi ni adui yao mkubwa." "Wewe ni nani?"

"Huwezi kunifahamu. Kwa jina ni Joram Kiango."

"Joram! Nakujua sana..." Komba alisema kwa juhudi kubwa.

"Joram! walinitesa sana... Laiti wangeniua... nilikuwa sina hali siku zote. Nikienda huku nakutana nao. Nikikaa hapa usiku wanafika na kuniadhibu kwa vitisho na mateso. Wameniua..." akaanza tena kulalamika.

Ingawa nuru ilikuwa hafifu, ikitoka katika mshumaa uliowekwa kwenye kona moja ya chumba. Lakini ilitosha Joram kuona katika macho yake Dismas Komba kuwa uhai ulikuwa ukimtoka haraka haraka. Hakuwa na muda wa kuishi zaidi.

"Sema haraka," Joram alimhimiza.

Dismas, kwa nini walitaka kukuua?"

" ...Wameniua tayari... Nakufa..." "Kitu gani wanadai kutoka kwako?"

"Wa... wame... wa" Komba akaishiwa na uwezo wa kuzungumza.

Alichofanya ni kuinua mkono kwa udhaifu akiuelekeza katika pembe moja ya chumba. Joram aliufuata mkono huo na kuona unaelekea debe lililokuwa hapo. Akaliendelea na kuchungulia. Alilakiwa na harufu kali ya kinyesi cha haja kubwa na ndogo ambacho kilikuwemo ndani ya debe hilo. Akayarudisha macho ya kutoelewa kwa komba. Akamwona kakazana kuelekeza kidole papo hapo akijitahidi kutamka neno ambalo halikutamkika. Joram akahisi kuwa lazima kama kuna chochote ambacho alikuwa kaficha haikuwepo nafasi ambayo isingeweza kufikiriwa zaidi ya hapo. Hivyo akazidi kupekua pekua kando ya debe. Akaliinua. Chini yake alikuta bahasha iliyofurika makaratasi. Akaitwaa na kumgeukia Komba. Alimwona akitabasamu kisha kuanguka kwa nyuma. Mara akaanza kutapatapa kwa maumivu pindi roho ikimtoka. Joram alikimbia na kujaribu kumshika haikusaidia. Tayari, Komba alilala kwa utulivu katika usingizi usio na mwisho.

Joram hakuona lipi zaidi angeweza kufanya kuokoa maisha ya mtu huyo. Akaiendea swichi ya taa ya umeme na kuiwasha, haikuwaka. Hivyo akaichomoa tochi yake yenye ukubwa wa kalamu na kuiwasha. Nuru ilitoka kumwezesha kusoma neno moja tu ambalo liliandikwa juu ya bahasha hiyo USIFUNGUE. Joram hakumtii yeyote aliyeandika neno hilo, akaifungua na kutoa karatasi ndefu ambayo iliandikwa kwa mashine ya aina yake kwa lugha ya Kiingereza maneno ambayo tafsiri yake ilisema.

...*Ni dhahiri kuwa njama zetu za kuchangia hali ngumu ya kiuchumi ambayo ilikuwa ikiikabili nchi hii hazikuleta matunda tuliyoyahitaji, yaani kuwafanya wananchi waende kinyume cha utaratibu wao na kuleta ghasia ambayo tungeingilia kati na kuleta utawala wetu. Ni wazi kabisa kuwa wamewaelewa viongozi wao na wako nao bega kwa bega kujenga upya uchumi wao. Baada ya muda mfupi njama zetu za kuchangia hali hii ngumu zitajulikana. Na hapo wananchi watakapoamka na kupata moyo mpya ambao si kwamba utawafanya washinde vita vya kiuchumi tu bali wataendelea kuiamini na kuitegemea kabisa siasa ya Ujamaa na Kujitegemea. Hapo ndoto zetu za kuuweka utawala mikononi mwetu katika nchi hii zitakuwa zimekwisha.*

Naamini inafahamika wazi kuwa, nchi hii ni kama nuru ambayo Afrika nzima, inafuata. Ukombozi wa nchi zote za Kusini ambazo zilikuwa hazijapata uhuru wake na zinazoendelea kuupata umetokana na msimamo wa nchi hii. Baya zaidi ni uhuru wa kiuchumi ambao nchi hii inaongoza mapambano. Mara itakapojiimarisha kiuchumi chini ya siasa ya Ujamaa, nchi zote zitaona nuru mpya na kuifuata. Hilo litaleta muungano wa Afrika. Hatutaki mambo hayo yatokee leo wala kesho. Inasikitisha kuwa pamoja na hali kuwa ngumu yanaelekea kutokea.

Kwa hiyo uamuzi uliofikiwa na TWAA, wadhamini wetu, ni kuuchukua utawala huu kimabavu. Yatafanyika mapinduzi ya silaha. Hatujali kumwagika damu wala maafa, maadamu tumeshinda. Watu tuliowaandaa huko majeshini katika Baraza la Mawaziri ndani ya Chama, katika Mashirika ya Umma na Vyuo Vikuu watasaidia kuulaghai umma ili utuunge mkono. Vilevile wananchi watapakwa mafuta kwa mgongo wa chupa kwa kuletewa vitu adimu kama sukari, sabuni, afuta, nguo na kadhalika. Wataambiwa kuwa hayo ni matunda ya utawala mpya. Watafurahi. Baada ya hapo mambo yatabadilika. Ubepari utarudi mtindo mmoja. Hatakuwepo yeyote mwenye amri ya kuupinga utawala wetu.

Mpaka sasa masharti bado ni yale yale; kuwapa wadhamini kisiwa kimoja ili wafanye kama kituo chao cha utafiti wa silaha. Wananchi wote watahamishiwa hadi kisiwa kingine ili kuwaruhusu kuanzisha biashara zozote za kiuchumi bila

masharti kuwaruhusu kuteua au kupendekeza viongozi wanaowataka na mengine
yatakayojitokeza.

Kwa sasa viongozi bado ni wale wale ambao walitajwa katika kikao
kilichopita;

   Top Koloto - Rais wa nchi
   Mota Matata - Makamu wa Rais
   Bombo Mtoro - Waziri wa Mambo ya nchi za nje
   Chema Chitime - Waziri wa habari
   Joe Kileo - Waziri wa ulinzi.

Waliosalia watateuliwa kutoka katika orodha ya wanachama wetu walioko
katika nafasi kubwa serikalini.

Taarifa hii ni ya mwisho itakayofanyika kwa siri kubwa kiasi hiki.

Wakati wowote katika wiki mbili zijazo mambo yatapamba moto. Watu
wetu wataarifiwa kwa dharura ili kuanza mambo. Ndipo maji yatakatwa kwa
siku kadhaa kuwalegeza wananchi, vyombo vya habari vitatoa habari za ajabu
ajabu zenye nia ya kuwachukiza wananchi dhidi ya Serikali yao, kisha usiku
huo umeme utakatika ghafla na mapambano kuanza. Itakuwa rahisi sana,
Wachache watatiwa pingu, wachache watauawa na kutapopambazuka utawala
utakuwa mpya.

Joram alimaliza kuisoma karatasi hiyo huku akitetemeka
kidogo.

Haikuwa na mzaha hata chembe ingawa aliamini kuwa
iliandikwa na watu wenye wazimu na tamaa ya madaraka ya uroho
wa utajiri wa haraka haraka. Kama alivyokuwa amehisi kitambo,
zilikuwepo njama kubwa zaidi ya ile iliyofikiriwa na polisi ya
mwandishi aliyechanganyikiwa - Bazile - kupata kichaa na kuanza
kuua ovyo. Mauaji hayo yalipangwa tu, yakitumia jina la Bazile ili
yaendelee kufanyika kwa siri bila wahusika kuhisi lolote. Na kiini cha
mauaji pengine kilikuwa hiki cha kuficha siri hii ambayo kwa namna
moja au nyingine iliondokea kuifikia mikono ya watu wasiohusika.

Mara Joram akagutuka na kumsogelea yule adui aliyekuwa
akipambana naye muda mfupi uliopita. Alikuwa amekumbuka kuwa
sura yake haikuwa ngeni machoni mwake. Akainama na kummulika
usoni kwa kurunzi lake. Naam, sura ilikuwa ile ile ambayo si yeye tu

bali karibu kila mtu aliifahamu na kuigopa. Sura ya mtu yule yule ambaye alikuwa akihititajiwa sana na polisi, Yule mtunzi wa vitabu vya mauaji na ambaye aliondoka kuwa muuaji mkubwa; Bazile Ramadhani.

Ugunduzi huu ungeweza kuwafurahisha polisi, kwani mtu hatari sana alikuwa amenaswa. Lakini kwa Joram Kiango, kunaswa kwa Bazile hakungeweza kumpa furaha hata chembe: Taarifa ya njama za mapinduzi ilikuwa mfukoni ikimkodolea macho. Hakuona vipi Bazile aliweza kuingia katika kikundi hicho na vipi aliondokea kuwa hodari kwa mauaji. Kwa kweli alikuwa haamini kuwa muuaji ni Bazile. Na kama alikuwa huyo, kulingana na madai au ushahidi wa polisi hasa kwa kifo cha Kitenge yule mtoaji vitabu, basi Joram aliamini kuwa ni kifo hicho tu ambaho angeweza kukifanya. Vifo vingine alihisi kuwa ziko njama za mtu au watu wengine. Lakini leo kashuhudia mwenyewe, na anaye mkononi Bazile huyo huyo, muuaji, anaweza vipi kuendelea kukanusha? Akazidi kumtazama vizuri. Akaingiza mikono yake mifukoni na kutoa silaha za kijasusi ambazo hutumiwa na majasusi wa hali ya juu sana. Vitu kama vikopo vyenye sumu za kulevya, vidonge viwezavyo kuua kwa muda mfupi sana, bastola ndogo, kitambulisho na kadhalika. Vyote hivyo Joram alivitia mfukoni mwake. Kisha akarudisha macho yake juu ya uso wa Bazile kwa mshangao.

Macho yake yalikuwa wazi yakimtazama kwa ujeuri na kutojali.

Hayakuwa macho ambayo Joram alimtegemea mwandishi huyo kuwa nayo. Akaupeleka mkono wake kumpapasa uso huo. Mara Joram akaangua kicheko. Alipoutoa tena mkono wake ilikuwa umeshikilia ngozi ya uso wa Bazile ambao uling'oka kwa taabu. Uliobaki badala ya uso huo ulikuwa uso mweupe wa mtu mwenye sura mbaya. Uso wa jasusi lenye moyo wa mnyama ambalo bila shaka lilikuwa limekodiwa kufanya mauaji hayo.

"*Kill me*" lilimwamuru Joram jitu hilo.

"*Who are you?*" Joram alimuuliza.

"*Just kill me.*"

Joram akaokota tambara chafu na kulididimiza katika domo la jitu hilo ili lisiendee kusema. Kisha akahakikisha kamba alizotumia kulifunga jitu hilo zilitosha. Akaongeza nyingine na kutoa kila kifaa mwilini mwa jitu hilo. Aliporidhika, alitoka chumbani na kuufunga mlango vizuri akiwa na hakika kuwa jasusi huyo asingepata mwanya wowote wa kutoroka.

Saa yake ilidai ni zaidi ya saa nane za usiku. Bado alikuwa na masaa manne ya kusubiri ili aendelee na harakati za kumaliza upele1ezi huo. Akaamua asubiri papo hapo akimlinda mateka wake. Alitumia funguo zake 'malaya' kuingia chumba cha pili ambako alikuta kitanda kizuri kikimsubiri. Akajilaza. Usingizi haukumjia. Akijua kuwa chumba cha pili kina muuaji hatari na maiti ya mtu, mawazo hayakuweza kutulia.

Zaidi, alishindwa kulala kwa jinsi fikara zilivyokuwa zikimpita kichwani juu ya barua hiyo ya siri aliyokuwa nayo. Alifahamu kagundua siri kubwa. Lakini bado alifahamu kuwa hajagundua lolote dhidi ya watu hao wanaokusudia kuichukua nchi. Ilikuwa wazo kuwa majina yote hayo yalikuwa ya bandia tu. Hakuwa na muda wa kujisumbua kumtesa mateka wake mzungu ili amwambie.

Kwani, kwa kadri anavyowafahamu majasusi hao, hawawezi kutamka lolote, na pengine hajui lolote. Hata hivyo, Joram alijua lipo ambalo angefanya kesho ili kuweza kupata walao njia ambayo ingemwezesha kuwafahamu watu hao waliochoshwa na amani. Kiasi pia alijiuliza juu ya Bazile. Kama muuaji alikuwa akiutumia uso wake, yeye mwenyewe yuko wapi? Pengine naye kauawa na kuzikwa kwa siri?

Mapambazuko! Joram aliyasubiri kwa hamu kubwa mapambazuko ili apate majibu ya maswali hayo na mengi mengine.

****

Kulipopambazuka, Joram aliwachungulia maiti na mateka na kuona wako katika hali ile ile ya usiku. Akawafungia tena na kuamua kuwaacha katika hali hiyo. "Maadamu nyumba inaogopwa kuwa ina mkosi au majini, wanaweza kuendelea kukaa humu walao kwa masaa sita bila kuonekana," alijisemea akihifadhi vizuri vifaa vyake vyote alivyopata katika nyumba hiyo. Akakiendea kivuko ambako alikuwa miongoni mwa abiria wa kwanza. Upande wa pili alitembea kwa mguu hadi kituoni ambako alipanda basi lililompeleka uwanja wa ndege.

Wafanyakazi walikuwa ndio bado wanawasili na mabasi yao. Joram alitazama hadi alipomwona yule binti ambaye alimpa orodha ya wasafiri wa ndege aliyoihitaji jana. Binti huyo alimtazama kwa macho ya kufahamiana na tabasamu.

"Mbona mapema hivyo?" alimhoji.

"Kuna kitu nilisahau kuuliza jana," Joram alihoji na kuongeza, "tafadhali jaribu kukumbuka kama uliona tukio lolote la ajabu au ambalo halikuwa na kawaida siku ile?"

"Ipi?"

"Ile waliposafiri watu hawa," akamwonyesha orodha ya majina yao.

Msichana huyo alijaribu kuwaza sana. Mara akakumbuka jambo.

"Nakumbuka yuko mzee mmoja kati yao ambaye alitujia katoa macho pima na kudai kuwa begi lake limeibiwa, mikononi alikuwa na begi jingine aina ile ile ya *suitcase*. Tulipomuuliza hiyo kapata wapi alisema ameikuta badala ya yake. Tukamwelekeza kwenda chumba ambacho begi hilo lingeweza kufunguliwa ili ijulikane nani mwenyewe. Alienda huko. Aliporudi huko alikuwa akicheka na kutuambia kuwa begi lilikuwa lake isipokuwa lilikwaruzwa kidogo ndipo akalisahau."

"Unamfahamu mtu huyo?"

"Sana. Huwa anasafiri mara kwa mara. Jina lake ni Kwame. Nasikia ana kampuni yake ya binafsi."

Joram hakuweza kujizuia kuonyesha furaha aliyoipata baada ya kusikia hayo. Tayari alikuwa na shilingi mia mbili mfukoni akimpa binti huyo huku akisema, "Umenisaidia sana mpenzi."

"Sioni nimekusaidia vipi."

"Utaona baadaye," Joram alisema akiondoka kuendea teksi zilizosimama kando yao zikiwasubiri abiria. Hisia zake za awali juu ya kuhusika kwa Kwamwe kwa njia fulani katika njama hizi sasa zilikuwa zimethibitika. Kupotelewa na mfuko, Joram alifahamu ni jambo lililotokea. Pengine marehemu Komba aliuchukua mfuko huo kwa kukosea, pengine alikusudia. Kwame baada ya kugundua hayo, akijua kuwa kuna siri kubwa ambayo hakupenda zijulikane, alichanganyikiwa na kuwapigia kelele wahudumu. Lakini baada ya kufikiri zaidi ndipo alibuni uongo wa kudai kuwa mfuko ni wake kwa matumaini ya kumfahamu mwenye mfuko huo kwa kusoma hati ambazo zingekuwemo ndani ya mfuko huo. Ni njia hiyo iliyomwezesha kumpata marehemu Komba. Pengine, hata kuchelewa kumuua kulitokana na hofu yao ya kutojua iliko barua ile ya siri. Naye Komba yaelekea alikuwa mgumu wa kuitoa kwa kufahamu kuwa mara waipatapo wasingesita kummaliza.

Wakati akiwaza hayo, Joram alikuwa ndani ya gari akielekea mjini.

Teksi ilimfikisha nyumbani kwake ambako alioga vizuri, akavaa mavazi yaliyomstahili na kuweka mifukoni vitu alivyovihitaji, kisha alitoka kwenda ofisini.

Neema alimlaki kwa maswali mengi. Joram alijibu machache tu akimwahidi kuwa baada ya saa chache atajibu yote. Kisha, aliandika kadi moja ya *express* na kumwomba Neema aipeleke posta. Aliporudi, Joram alimpa maelekezo mengine ambayo yalimfanya Neema atoe macho kwa shauku na tamaa akijua kuwa mambo yameanza.

Joram aliitazama saa yake, kisha akajistarehesha juu ya meza akisoma gazeti la *Daily News* ambalo lilikuwa na habari za kuchekesha chini ya kichwa cha habari:

BAZILE MWUAJI HATARI YU HAI BADO

Joram aliisoma habari iliyofuata kama hadithi kisha akalitupa juu ya meza na kuendelea kusubiri, sigara zikiungua mdomoni mwake moja baada ya nyingine.

Sura ya Saba

Kwame, kwa mara ya kwanza tangu alipoanza harakati zake alijikuta katika hali ya wasiwasi na mashaka makubwa. Kwa mbali, moyoni mwake, hofu ilikuwa ikitishia kuutawala hasa kwa hisia zilizokuwa zikimnong'oneza kuwa mambo yameanza kumwendea mrama. Rohoni alipata wazo lililomshawishi kutoroka nchini mara moja, aende kokote duniani ambako angeishi kwa starehe akitumia utajiri wake mkubwa. Wazo hilo alilipinga kwa kujikumbusha mara kadhaa kuwa hiyo ilikuwa dalili ya uoga wa kike.

Mashaka hayo yalikuwa yamemnyima usingizi usiku kucha tangu alipoarifiwa kuwa Joram Kiango alikuwa ametoweka baada ya kumshambulia mmoja kati ya watu aliowaamini waliokabidhiwa jukumu la kumlinda. Ingawa alikuwa na hakika kuwa Joram bado alikuwa hajui lolote la haja, lakini alimshakia sana hasa kwa kujua kuwa, iwapo angefika Kigamboni na kumsikia Komba angeweza kugundua mengi ya hatari. Kwa hofu hiyo, baada ya Joram kutoweka, ndipo akaamua Komba auawe mara moja bila kujali tena kupatikana kwa zile nyaraka za siri ambazo Komba alizipata kwa ajali na kuzing'ang'ania kama roho yake.

Mtu aliyetumwa kuua, kaburu Vosgan Bon alikuwa mtu mwenye hakika na kazi yake. Kwame hakuwa na shaka naye, hasa kwa kukumbuka alivyokwisha fanya mauaji yote kwa ukamilifu chini ya kivuli cha yule kijana mtunzi, Bazile Ramadhani, kiasi cha polisi na taifa zima kuendelea kuamini kuwa muuaji si mwingine zaidi ya kijana huyo. Hata hivyo, hofu ilianza kumshika baada ya kuona mapambazuko yakifika kabla ya kupewa taarifa juu ya kazi hiyo. Pengine alifanya makosa kuondoa makachero wote waliokuwa wakimlinda Komba ili Bon afanye kazi yake vyema? Yawezekana Bon amekwama kwa njia moja au nyingine? Hata hivyo, alifarijika kidogo baada ya kukumbuka kuwa pantoni hufungwa saa fulani za usiku hadi alfajiri ya siku ya pili, hivyo yangewezekana baada ya kuua, Bon alishindwa kuvuka na angetokea kama kawaida kesho yake. Yawezekana? Bon ni mtu wa kushindwa kupata ngalawa au hata kuogelea hata alale mahala penye hatari kiasi hicho?

Ni hayo yaliyomtia Kwame mashaka, ingawa alipotoka asubuhi na kwenda kazini kwake alikuwa katika hali ya kawaida. Aliwasalimu wafanyakazi wengine na kumpita katibu wake mahsusi hadi ofisini mwake ambamo aliketi juu ya kiti akijiuliza lipi afanye katika hali kama hiyo. Kabla hajajua la kufanya katibu wake alimjia akiwa na barua mkononi yenye bahasha iliyobandikwa kijikaratasi cha "*express*" yaani haraka. Aliipokea kwa mashaka na kuitazama kwa makini kabla hajagundua kuwa bahasha hiyo ni ile ile ambayo ilikuwa imehifadhi nyaraka za siri alizokuwa akizitafuta sana kutoka kwa Komba.

"Umeipata wapi hii?" alihoji ghafla alipoikumbuka bahasha hiyo. "Imeletwa na mtu wa posta asubuhi hii hii."

"Vizuri unaweza kwenda."

Binti huyo alipoondoka, Kwame aliifungua haraka haraka na kutoa kadi ambayo iliyavuta macho yake kwa hofu kubwa. Ilikuwa imeandikwa:

Bwana Kwame, nadhani bado una ndoto za kuendelea na mipango yako michafu ya kuleta maafa katika nchi hii. Kama bado unayo, nakushauri uiache langu dakika hii. Nimekwisha kufahamu wewe pamoja na wenzako wote. Ninachokushauri ni nyie wenyewe kujitoa serikalini na kuomba radhi. Iwapo itafika saa sita kabla hamjafanya hivyo nitachukua hatua ambazo zitakuonyesha kuwa sina mzaha hata chembe.

Joram Kiango

Kwame alisoma mara kadhaa kabla hajayaamini macho. Alipojikuta akiwajibika kuyaamini, alijisikia akitetemeka ghafla. Hakuwa na uwezo wa kuendelea kukanusha kuwa tayari siri imemfikia mtu hatari kama Joram. Hakujua ilitokea vipi hadi siri hiyo akaipata. Wala hakuwa na nafasi ya kujua hayo kwa sasa. Alichohitaji sana ni kupata ufumbuzi kabla ya saa sita, awe amemfanya Joram marehemu, siri irudi katika milki ya siri na harakati ziendelee kama zilivyopangwa.

Hilo halikuwa jukumu rahisi.

Hivyo aliinua simu na kuwapigia washirika wenzake ili wakutane hapo ofisini haraka iwezekanavyo. Simu ya pili aliwaamuru wasaidizi wake wa idara ya mauaji wahakikishe kabla ya saa sita za mchana. wawe wamempata Joram Kiango na kumwua. Alisisitiza kuwa kazi hiyo lazima ifanyike haraka, mahala popote, na kwa njia yoyote.

Baada ya simu hizo, alitulia kwa muda akiwaza kwa uchungu uwezekano wa kufa kwa Joram bila kuwepo kwa mwuaji aliyekubuhu - Bon, ambaye hadi sasa hakujulikana aliko. Yaweza kuwa amekamatwa na kuuawa na Joram? alijiuliza. Pengine...

Mlango wake wa siri sakafuni ukatoa alama ya kudai kufunguliwa.

Akabonyeza kidude ambacho kiliufungua. Mtu mmoja akapanda ngazi na kuingia chumbani. Wakasalimiana kimya kimya. Baada ya muda walifuata watu wengine kwa njia hiyo hiyo. Nyuso zao zilionyesha wasiwasi, hivyo walisalimiana bila uchangamfu wowote, huku kila mmoja akiketi juu ya kimoja wapo ya viti vilivyozunguka Kwame. Walipokamilika Kwame alimtahadharisha katibu wake kuwa asingependa kusumbuliwa na mtu yeyote. Kisha aliwatazama wageni wake kwa macho yaliyoonyesha kuchanganyikiwa, hajui wapi aanzie kueleza.

"Nadhani tulikubaliana kuwa tusikutane tena katika hali kama hii hadi mambo yatakapoonyesha kuwa nchi iko mikononi mwetu," mmoja kati ya wageni hao alisema alipoona Kwame alivyoduwaa. Kwa hali hiyo nadhani bwana Kwame angetueleza haraka kisa cha mwito huu ili tuondokc hapa."

"Wenzake wakatikisa vichwa kumuunga mkono.

"Ni juu ya waraka huu," Kwame alisema akiwapa ile kadi.

Waliisoma na kisha kutazamana kwa hofu kubwa.

"Nilisema zamani kuwa isingewezekana..." mmoja alisema ghafla. "Hata mimi," alidakia mwingine.

"Kwa hiyo?" mwingine akaropoka.

"Tusubiri kitanzi," jibu lilitolewa.

Yakafuata mengi. Kila mmoja akisema hili na lile. Hawa wakifokeana, huyu akilalamika, yule akijilaumu na kadhalika. Kisha Kwame alifanikiwa kuwanyamazisha kwa kusema, "Jamani, tusiwe kama watoto. Nimekuiteni ili tupate jawabu kwa pamoja. Mambo hayajaharibika kama yanavyoonekana. Joram ni mtu mmoja tu, kijana mdogo sana, ambaye hawezi kushinda kundi hili pamoja na jeshi letu la siri lililojengeka. Kisha kafanya ujinga wa kutuarifu kwanza na kutupa muda wa kutosha. Bado tuna masaa mawili. Yanatosha kabisa kumpata Joram na kumweka kaburini "Labda humfahamu Joram, bwana Kwame," alidakia mwingine.

"Mimi namjua vizuri sana. Ni kijana mdogo lakini anajua anachokifanya. Tusijidanganye..."

Kwame akamkatiza kwa hasira. "Uoga sio dawa," aliongeza," sisi ni wanaume. Tunajua kabisa kuwa tusingeweza kutegemea utajiri mkubwa na vyeo vinono bila kutaabika kidogo. Suala la Joram ni tatizo dogo tu kati ya mengi yawezayo kutokea. Nilichotaka kupendekeza ni kuharakisha mambo yetu. Leo hii tukamilishe mipango, usiku mapinduzi yatokee, kesho sisi tulio hapa tuwe baraza jipya la mawaziri. Mnasemaje?"

"Joram jee?" alihoji mtu.

"Suala lake niachieni mimi. Hadi sasa sita atakuwa safarini akielekea walikohamia babu zake. La muhimu ni sisi wenyewe. Tukubaliane moja. Tukitoka hapa kila mmoja akafanye jukumu lake haraka. Mnasemaje jamani? Angalieni hii ni nafasi yetu pekee ya kula nchi."

Kabla hajajibiwa, simu kutoka kwa katibu wake ilimfikia Kwame.

Aliinua chombo cha kusikiliza na kunguruma ndani yake, "Nimesema sitaki usumbufu. Una nini kichwani wewe msichana?"

"Kunradhi mzee. Kuna mtu mwenye haja kubwa kukuona. Anasema jina lake ni Von."

"Nani? Von! Mwambie aingie mara moja."

Macho yao yalielekea mlangoni kumsubiri mgeni huyo. Aliingia taratibu bila haraka yoyote mikono mifukoni, macho yake yakimtazama kila mgeni kabla hayajamrudia Kwame ambaye kama wenzake wote alikuwa katika hali ya mshangao na mashaka mashaka. Mashaka ambayo yalitokana hasa na mgeni huyo kuwa katika sura ya Bazile Ramadhani, mtu ambaye alisadikiwa kuwa yu mwuaji na aliyekuwa akitafutwa sana na kila mtu.

"Bon!" Kwame alifoka kwa Kiingereza. "Unawezaje kutembea hadharani mchana huu katika sura hiyo?"

"Usijali. Sio rahisi kujulikana."

Sauti yake ilizidi kumtia Kwame mashaka. "Bon?" aliuliza tena.

"Ni wewe Bon! Ulikuwa wapi muda wote huu?"

Akajibiwa kwa tabasamu. Mikono ikatolewa mfukoni na mdomoni ikiwa na sigara. Ilikuwa mikono ya mtu mweusi. Wewe sio Bon!" Kwame alifoka ghafla.

"Ndiyo."

"Wewe ni nani?"

"Unataka kujua mimi ni nani? Ni rafiki yako mpenzi.

Labda nitoe dude hili usoni unione vizuri." Dude lilipotolewa kiufundi uso uliotulia mbele yao ukitabasamu ulikuwa wa Joram Kiango!

"Joram!" Wote waliropoka kwa hofu na mshangao. "Ndiye," aliwajibu kwa dhihaka.

"Joram" Kwame alifoka tena. "Very Well. "Umejileta mwenyewe. Hutatoka humu ukiwa hai."

Joram hakuonyesha kushtushwa na vitisho vya Kwame. Aliendelea kuivuta sigara yake, huku akiwatazama kwa makini. Nadhani tufahamiane vizuri ndugu zangu. Sipendi sana tabia ya kutumia majina ya bandia. Nani kati yenu anayejiita Top Koloto?" aliwahoji.

Alimuona mmoja akigutuka na wawili kumtazama mwenzi wao jambo ambalo lilimfanya Joram amfahamu mara moja.

"Na Moto Matata?"

Wakazidi kugutuka. Joram akaangua kicheko. "Sikieni waheshimiwa," akasema. "Hasa mheshimiwa Joe Kileo ambaye naamini u kiongozi wa kikundi hiki," alikuwa akimtazama Kwame. Najua hii ni jumuyia ya watu wenye njaa kali ya utajiri na kiu kubwa ya vyeo. Najua nyote hamtosheki na mlichonacho na kamwe hamtatosheka kwa lolote mtakalopata. Wengi wenu mmebahatika kuwemo katika madaraka makubwa, lakini hii ndio zawadi ya kwanza toka kwenu kwa nchi na wananchi; kupanga njama ambazo zimedhamiria kuleta umwagaji wa damu na kisha nchi iangukie mikononi mwenu. Iwe kama shamba lenu, wananchi wote wakiwa watumwa badala ya watu huru katika nchi huru. Waheshimiwa," alipunguza sauti kutoka katika hali ya hasira na kuwa ya huruma zaidi. "Hamuoni aibu kwa uchafu wa vitendo vyenu?"

Hotuba yake ilikuwa imewafanya wote waduwae. Walipopata nafasi ya kujikumbuka baada ya kuulizwa swali hilo, walitazamana kwa kutojua la kumjibu. Kisha Kwame akafoka ghafla.

"Tusibabaishwe. Tusibabaishwe na kijana huyu mwenye hila kama kinyonga." Akainuka na kusogea mbele hatua moja akiendelea kusema, "dakika chache kabla hajaingia hapa tulikuwa tukijadili kifo chake. Hatujabadili utaratibu huo. Atakuwa marehemu muda mfupi ujao." Akageuza sauti kuwa amri. "Haya wote nendeni mkaendelee na mipango, huyu niachieni mimi."

Umati ukaanza kuinuka. Joram akagutuka kidogo. Kama kawaida yake kujileta kwake haikuwa moja kati ya njia zake za kuwadhihaki adui zake tu. La hasha, nia ilikuwa kupata hakika juu ya kuhusuka kwa Kwame katika mpango ule wa mapinduzi - jambo ambalo tayari alikuwa amelipata - pamoja na kutaka kuwafahamu wote wengine ambao walikuwemo katika njama hizo. Kwani, baada ya kutuma waraka ule aliamini Kwame asingesita kuita wenzi wake ili wajadiliane kabla haujawadia muda aliotishia. Na ndipo akaingia ofisini humo mapema zaidi ili awafumanie kama alivyowafumania. Hakuwa amekuja mikono mitupu. Silaha zake muhimu zote zilikuwa tayari katika sehemu zake za siri. Zaidi kamera yake ndogo ya siri ilikuwa ikiendelea kupiga picha za umati huo hali kinasa sauti kikiendelea kunasa yote yaliyokuwa yakisemwa. Hivyo, ushujaa wa Kwame kiasi ulimtisha. Alihitaji muda zaidi ili apate ushahidi zaidi kisha aondoke na kupata msaada wa polisi kuwanasa. Maadamu hakuwa tayari kwa hilo, aliona heri abadili mbinu na kuwaambia.

"Bado. Msiondoke kabla. Hamjafahamu kwa nini niko hapa na vipi nije peke yangu badala ya kuongozana na polisi ambao wangewatieni pingu kesho muwe vizimbani na kesho kutwa mahabusu mkisubiri kitanzi."

"Hatuna muda wa kukusikia...," Kwame alizidi kufoka.

"Umejileta mbele ya mauti na hutatoka kwa miguu yako mwenyewe. Haya wote ondokeni mkaendelee na mipango yetu. Fanyeni haraka."

"Msiondoke," Joram akaamuru. "Angalieni, huyu anataka kuwaponza. Nilikuwa na nia njema mno kwenu nyote, nikizingatia kuwa nyote mna hadhi serikalini kiasi kuwa endapo mambo haya yatajulikana itakuwa aibu mno kwenu." Alipoona wametulia kumsikiliza, aliongeza, "Kwa hali hiyo, nia ya kuja kwangu ilikuwa kuwashaurini kwa amani muache ndoto hizo. Na endapo mmedhamiria, mimi nipeni chochote ili nikae kimya. Milioni moja zinanitosha. Najua mnazo, au sio Kwame?

Kwame alianza kubadilika, uso ukichukiza na macho kutisha, "Una wazimu," alinguruma. "Huna utakachopata zaidi ya zawadi ya kifo. Nazifahamu sana hila zako za kitoto. Kwangu umekwama bwana mdogo."

Joram akatabasamu, "Kwa hiyo uko tayari niipeleke siri polisi?

Yuko mtu ambaye nimempa jukumu la kupeleka mambo haya polisi na kumtaka awaambie waje hapa mara moja endapo dakika kumi zaidi zitapita kabla sijamfikia hapo anaponisubiri."

Kwa mshangao, Joram alimwona Kwame akiangua kicheko.

"Polisi? Watafanya nini? Najua huo ni uongo lakini hata wakija hawatagundua lolote. Watakachofanya ni kuizoa maiti yako. Pindi

wakisubiri kesho kupata ushahidi, nchi itakuwa mikononi mwetu."
Kwame akawageukia wenzake. "Hamjaondoka tu? Tafadhalini
ondokeni na mkatimize wajibu wenu bila hofu."

Hayo Joram hakuyategemea. Lakini hakuduwaa kuwaza.
"Hakuna atakayeondoka," alifoka ghafla. Walipomtazama walijikuta
wakitazamana na bastola yake ambayo aliishika kishujaa, "Wote
mtaketi chini na kuwasubiri polisi."

Wenzi wa Kwame waliduwaa. Hata hivyo walipata moyo
walipotazama na kuona naye kashika bastola iliyokuwa ikimwelekea
Joram huku akicheka na kusema," Kinda anapoamua kucheza
na chatu asitegemee fadhila. Haya nendeni mmoja mmoja, huyu
niachieni mimi."

"Atakayethubutu kuondoka risasi yangu halali yake," Joram
alionya.

"Msiogope vitisho vyake," Kwame aliongeza. "Kama
mnavyomfahamu, yeye ni mtundu tu, lakini yu mwoga mno wa
kuua. Nendeni."

"Aondoke mtu ..." Joram alifoka tena. Lakini sauti yake ilikatizwa
na king'ora chenye sauti kali ambacho kililia ghafla mezani mwa
Kwame. Kikafuatwa na sauti ya watu waliokuwa wakisema haraka
haraka.

"Inspekta Kombora hapa. Kikosi cha kumi na mbili..."
"Kombora? Sikieni, kuna mauaji yanafanyika katika ofisi
Snow Fund. Nendeni haraka mtawapata wauaji..
"Wapi? Snow... Haya... Tunaondoka mara moja ..."

Wote wakazidi kuchanganyikiwa. Joram aliwatazama kwa
kebehi.

Lakini, alipomgeukia Kwame, aliambulia kuona akibonyeza
kidude fulani na chumba kumezwa na giza ghafla. Mlio wa bastola
ukasikika. Joram alijitupa sakafuni na kutambaa kutoka alipokuwa.
Mara akasikia harufu ya aina fulani ya marashi ikimfikia ghafla.
Papo hapo usingizi mzito ukammeza na kumteka. Kama ndoto,

alisikia ubishi mkali ukiendelea kwa sauti za wasiwasi, huyu akisema hili na huyu lile.

"Tumwue."

"Nasema hapana. Mwacheni alale. Anajitia kujua. Hivyo atafurahi sana atakapoamka baada ya masaa ishirini na nne na kuona bendera mpya ikipepea."

"Tumwue ..."

"Nasema hapana."

Kisha alisikia hodi kwa mbali. "Hodi... Fungua..." Huku mikono inayotetemeka ikijaribu kumbeba na kushindwa. "Polisi... Fungua ikaendelea kusikika. Joram hakusikia lolote zaidi.

* * * *

Bazile Ramadhani aliibuka kutoka katika kitu kama ndoto au usingizi mzito ambao ulikuwa umemmeza kwa muda mrefu ambao hakuweza kuukadiria. Usingizi ambao ulikuwa umemwanza kwa namna isiyoelezeka tangu usiku wa siku ile ambayo alimwendea Kitenge ofisini kwake na kumpa maneno ya hasira kwa ajili ya muswada wake alioupenda kuliko yote. Kumpa yale maneno makali ambayo hata hakumbuki wapi alipata uwezo wa kuyaropoka.

Alipofika nyumbani aliendelea na shughuli zake kama kawaida.

Usiku alipanda kitandani na kujilaza. Usingizi uliomchukua ulikuwa na tofauti kubwa na ule aliouzowea. Ulikuwa mzito mno, ndoto zake zikiwa kama jinamizi. Mara, alihisi kubebwa na kupakiwa katika gunia. Mara, alihisi akilazwa juu ya meza kubwa huku uso wake ukipimwa na jitu lenye madevu. Mara, alihisi kusikia watu wakipanga au kijadili kifo na mazishi yake na mengi mengine ya kutisha.

Hakuwa na uwezo wa kuamka wala kufumbua macho isipokuwa leo baada ya kuhisi na kisha kuona mtu akimdunga sindano. Alijikuta akiwa katika chumba ambacho hakupata kukiona maishani.

"Ni... nini? Niko wapi?" alihoji kidhaifu.

85

Mtu aliyekuwa akimhudumia alimtazama kwa macho makali na kumwamuru ainuke, "pita hapa uende huko," aliambiwa.

"Wapi?" Bazile alihoji kwa udhaifu huku akijikongoja kuinuka.

"Fanya haraka!" alifokewa.

"Kama kondoo, aliinuka na kufuata mlango alikoelekezwa. Baada ya kupita milango na vyumba kadhaa, aliamriwa kusimama.

"Geuka huku."

Alipokuwa akigeuka alikutana na risasi ya bastola isiyo na mlio ambayo ilimfanya ausahau udhaifu wake na kupaa juu. Alipotua chini tena alikuwa chali, damu nzito zikimvuja huku tayari kamezwa na aina nyingine ya usingizi ambao haukuwa na ndoto wala hisia.

* * * *

"Fungua," Kombora alifoka tena. "Polisi hapa," aliongeza akiitazama saa yake. Dakika tatu zilikuwa zimepita tangu alipowasili hapo na kuwakuta askari wa doria wakiendelea kuugonga mlango wa ofisi ya Kwame.

"Mnadhani kuna nini kinachofanyika humo ndani?" aliwahoji.

"Hatujui mzee. Hatusikii chochote."

"Msichana anayekaa hapa mmemkuta?"

"Hatukumkuta."

"*Okay*, tutavunja mlango. Nitaita kwa mara ya mwisho... FUNGUA!" akafoka.

Mara mlango ukafunguka polepole. Kwame alitokeza akitetemeka mwili mzima isipokuwa macho yake tu. Kombora hakuyaona kuwa na dalili yoyote ya hofu. Aliwatazama kwa mshangao na shukrani.

"Karibu," aliwambia akiwapisha mlangoni.

"Walipoingia macho yao yalidakwa na mizoga ya binadamu wawili waliolala juu ya sakafu. Mmoja akiwa kalala chali bastola mkononi. Wa pili ambaye ilikuwa dhahiri kuwa alikuwa marehemu alikuwa chali, sura yake ikitazama angani. Kombora na wasaidizi wake sita walimtazama marehemu huyo mara moja na kisha kutazamana.

"Bazile Ramadhani!" mmoja wao akajaliwa kutamka.

"Ni Bazile sio? Yule mwuaji anayeua ovyo? Basi Mola asifiwe kwa kufa kwake. Angeweza kuniua au kumwua huyo kijana hapo," alitamka Kwame kwa namna ya furaha.

Kombora akamtazama kijana huyo na kumwona akipumua polepole. Akainama na kumgeuza uso. Mara alijikuta kashtuka akiwageukia wenzake kwa macho ya kutoamini.

"Kati yenu hamna anayemfahamu mtu huyu?" aliwahoji. Askari hao walimtazama mtu huyo na kumrudishia Kombora macho ya mshangao. "Huyu si Joram Kiango mzee?" mmoja wao alijibu.

"Joram Kiango!" Kwame alifoka tena. "Yule kijana wa C.I.D.? La haulah! Angeweza kufa mbele ya macho yangu mwenyewe kama asingewahi kutumia vyema bastola yake."

"Joram sio C.I.D.," Kwame aliambiwa "Ni kijana mwenye ofisi yake ya upelelezi, ambaye amefanya mengi kulisaidia taifa." Kombora alisita, kisha akamgeukia Kwame, "Ndiyo ndugu Kwame. Nadhani waweza kutufunua macho kwa kutueleza kinachotukia katika ofisi hii."

Kwame akiwa katika hali ile ya kuchanganyikiwa ingawa macho yake yalikuwa maangavu kinyume cha hali yake, alisema kwa sauti ya utulivu, "Sidhani kama kuna mengi ya kueleza bwana Inspekta. Nilikuwa nikiendelea na shughuli zangu kama kawaida, dakika chache tu zilizopita, mara akatokea bwana huyo mnayemwita Joram na kuingia humu mbio. Kabla sijamwuliza lolote marahemu huyo naye akaingia. Wakavaana na kupigana kiwa muda. Joram alipoelekea kuzidiwa alitoa bastola na kuifyatua. Muda mfupi nanyi mnaingia." Alipoona Kombora hajaridhika aliongeza, "Ni hayo tu bwana Kombora."

"Hayo tu? Hujasema lolote juu ya simu. Umepiga baada au kabla?" Kombora alihoji.

"Simu! Simu ipi?"

"Simu iliyotuleta hapa."

"Siifahamu simu hiyo. Yaani mmepata simu? Basi bila shaka huyo ni katibu wangu. Nadhani aliona pindi wakiingia ndipo akakupigia.

"Yuko wapi?"

"Sijamwona tangu yalipoanza haya. Nadhani mara tu baada ya simu hiyo kukufikia amekimbia. Nakwambia bwana ilikuwa hali ya kutisha kweli. Nilichanganyikiwa..."

Kombora akamkatiza kwa kuuliza, "Wakati wote wa mapambano wewe hukuweza kufanya lolote? Umeshindwa walao kuinua simu kama alivyofanya karani wako?"

"Haikuwa hali ya kawaida Inspekta. Nakwambia nilichanganyikiwa..."

Huonekani kama mtu aliyechanganyikiwa kiasi hicho! Kombora aliwaza, nusura ayatamke. Wala hakuona kama Kwame alikuwa mtu mwenye asili ya kushtushwa na jambo lolote kiasi cha kushindwa kujua la kufanya. Hata hivyo hayo hayakuwa na nafasi kubwa katika fikra za Kombora. Alikuwa na mengi kichwani.

"Sasa alilitazama suala zima la mauaji na hatimaye kifo cha mwuaji na kuhisi tamati yake haimridhishi kama alivyotegemea. Hakuna alichopenda zaidi ya kifo cha Bazile. Na angependa zaidi kama fursa ya kukifumua kifua chake kwa risasi angekuwa kaipata yeye. Lakini bado angeridhika zaidi kama tukio hilo lingetukia kwa namna nyingine. Namna inayoridhisha zaidi.

Jana tu alikuwa kaanza kupata mawazo mapya juu ya mauaji hayo. Ilikuwa baada ya kuufuata ushauri wa msaidizi wake na kuikusanya pamoja akili yake katika kulishughulikia suala hilo. Alikuwa amemfikiria Bazile Ramadhani kama alivyo: kijana mwandishi chipukizi asiye na mengi ya ajabu, vipi aondokee kuwa hodari wa kuua kiasi cha kumkabili askari mwenye silaha na kumjeruhi? Zaidi, vipi askari huyo baada ya kuhojiwa sana bado anang'ang'ania kuwa alipoteza fahamu zake pindi akifanyiwa ukatili? Ingawa askari huyo alithibitisha kuwa mtu huyo alikuwa Bazile, bado Kombora alisisitiza hata alama za vidole zikachukuliwa kutoka katika uso huo ili zilinganishwe na alama nyingine. Lakini matokeo yalikuwa ya kutatanisha zaidi. Hazikupatikana alama zozote katika sehemu zote ambazo askari huyo alistahili kuwa ameguswa na Bazile. Yaelekea zilifutwa kwa uangalifu na alikuwa kavaa glovu. Hilo lilimshangaza Kombora. Kwa nini afiche alama hizo naye alikuwa akijitangaza mara kwa mara kwa simu? Mara Kombora akawa na mawazo mapya juu ya mauaji hayo. Alihisi kuwa kuna jambo zaidi ya wazimu wa mwandishi huyu. Vinginevyo, Kombora hakuona vipi kijana huyo angeendelea kutaabisha jiji huku akiepuka kila kikwazo ambacho polisi walijaribu kumwekea.

Hayo yalikuwa mawazo tu. Lakini yaligeuka kuwa mashaka. Mashaka ambayo yalijiimarisha kichwani mwake hata akaziruhusu fikra zake kutambaa huku na huko akitafuta uwezekano wa Bazile kushirikiana na watu wengine. Kwa nini? Ni ipi sababu ya mauaji hayo? Kuna uhusiano gani baina ya marehemu wote? Mara akapata wazo ambalo lilimshtua sana. Yawezekana lipo jambazi au majambazi ambayo yalikuwa yakiitumia sura na kivuli cha Bazile? alijiuliza. Yawezekana kabisa katika dunia hii iliyopiga hatua ndefu katika sayansi na teknolojia, lolote laweza kufanyika. Bazile aweza kuwa kofia tu ambayo imefunika mengi.

Mengi! Yepi? Kombora akajiuliza kwa hofu. Mara moja akamwita msaidizi wake na kumtaka achukue jukumu la haraka kujaribu kupata habari, mienendo, vitendo na uhusiano baina ya marehemu wote. Alisisitiza kuwa kazi hiyo ni muhimu na ipewe umuhimu zaidi ya lile jukumu la kumsaka Bazile.

Pindi Kombora akiwa ofisini kuisubiri taarifa hiyo ndipo ikamfikia simu hii ambayo ilimwita hadi hapa na kumkuta Bazile akiwa marehemu. Ni Bazile yule yule. Si sura ya bandia wala mtu mwingine zaidi yake. Na inasemekana kafa pindi akikusudia kuua tena. Kumwua Joram Kiango. Joram ambaye mchango wake ni mkubwa mno katika harakati za kijambazi. Yawezekana kuwa Joram pia alikuwa akimsaka muuaji huyu? Na yawezekana huu ukawa

mwisho wa kisa hiki cha kikatili? Hakutakuwepo na kusimama
mahakamani kumsikia Bazile akikiri au kukanusha mauaji haya?

Kombora angeweza kuwaza mengi zaidi. Lakini hakuiona
sababu yoyote ya kuendelea kusumbua ubongo wake pindi Joram
alikuwa hai Baada ya sindano moja tu ya daktari atazinduka na
kutoa maelezo kamili.

"Well!"

"Well?" Kwame alihoji.

Kombora akagundua kuwa alikuwa karopoka. Akamtazama
Kwame kwa macho yenye maswali mengi lakini hakuuliza
chochote.

Na awaze apendavyo! Kwame alijinong'oneza kimoyo moyo. Awaze
anavyotaka. Asingeweza kuutengua ushahidi aliouandaa hata kama
ni askari mwenye shahada ngapi.

Hadithi nzuri iliyoje. Hadithi isiyopingika kabisa... Kwame
aliendelea kuwaza. Bazile Ramadhani, mwandishi, kapata wazimu.
Kamwua mchapishaji wake. Damu ikampanda kichwani, akachemka
kuua ovyo. Mara kupambana na Joram Kiango. Ramadhani
kazidiwa na kuuawa na Joram. Polisi wenyewe ni mashahidi.
Wamemkuta mwuaji anakufa. Nani aikatae hadithi. Na ataikataa
kwa misingi ipi pindi hakuna anayejua ukweli?

Ukweli ulikuwa siri yake Kwame na wachache ambao hawawezi
kufunua midomo yao kuitoa. Hakuna mwingine anayefahamu
kuwa mwuaji si Bazile ila hilo kundi lake ambalo dakika chache
tu limetoweka na kumwachia yeye, Kwame, fursa ya kutia risasi
katika mwili wa Bazile. Wala hakuna atakayefahamu kuwa mauaji
ya Kitenge, mchapishaji, yalipangwa ili kuwapoteza askari lengo na
kuwafanya polisi wazidi kuamini kuwa muuaji ni Bazile Ramadhani.
Na kwamba Fambo Wamangi na Jugeni Kawamba walikuwa
wameuawa bila hatia yoyote. Kosa lao kubwa lilikuwa kusafiri katika
ndege moja na Kwame alipotoka visiwani kukamilisha mipango
ya kuuza kisiwa. Ilionekana kuwa wao wangeweza kuwa daraja la

kuwafanya wapelelezi kumfikia Kwame au walao kushuku jambo endapo kifo cha Dismas Komba kingetukia.

Ni Komba tu aliyetakiwa. Na ni yeye aliyekuwa na hatia ingawa yeye pia alipata hatia hiyo kwa ajali. Akiwa uwanja wa ndege baada ya kutua kutoka Zanzibar, alikosea na kuchukua *suitcase* ya Kwame badala ya yake. Alipofika nyumbani, aliifungua na kukutana na kile ambacho macho yake hayakutakiwa kuona. Kabla hajajua la kufanya kwa siri hiyo, wafuasi walikwisha peleleza anakoishi na kumwandama kwa hadhari huku wakimtesa kwa mbinu aina aina ili arejeshe bahasha hiyo yenye siri. Naye akijua kuwa mara tu aitoapo watamuua ndipo akaing'ang'ania kwa udi na uvumba. Jambo ambalo halikuyaokoa maisha yake, kwani Bon alikuwa ametimiza wajibu wake.

Nani atayajua yote hayo? Kwame alijiuliza kwa kiburi. Zaidi, nani atayajua katika muda mfupi uliosalia?

Huyu askari mkuu hapa haonekani mjinga, lakini hana nafasi ya kuunga vipande vyote vya matukio na kupata pande zima la kisa na ushahidi wake kwa wakati unaofaa. Joram? Joram yuko usingizini na ataendelea kulala hadi kesho. Atakapoamka kujua hakutamsaidia yeye wala mtu yeyote, itakuwa...

Kwame alilazimika kusita alipomsikia Kombora akitoa amri ambayo hakuitegemea.

"Unasemaji Inspekta? Apelekwe Muhimbili? Ya nini kusumbuka. Nimekwisha mpigia simu daktari wa kampuni yangu aje mara moja kumpa huduma ya kwanza," Kwame alisema.

"Daktari wako?" Kombora akauliza akitazama "Umempigia lini simu hiyo?"

"Muda mfupi kabla yenu."

"Nadhani ulisema kuwa hujapiga simu yoyote."

"Nilipiga. Atafika wakati wowote, kama una msaada wa haja bwana Inspekta nadhani msaada huo ungekuwa kuiondoa maiti hii mbele yangu. Ofisi hii si jumba la maiti. Suala la Joram niachie mimi. Ameyaokoa maisha yangu. Ningeweza kufa."

"Joram hatatibiwa hapa," sauti kali ya kike ilitamka ghafla. Wote wakageuka kumtazama msemaji. Alikuwa msichana mwenye umbo na sura nzuri ambaye aliingia ghafla baada ya kubishana sana na aksari wa mlangoni.

Kombora alimfahamu kwa sura na jina. "Neema!" akaita.

"Ni mimi Inspekta. Ni mimi niliyekupigia simu kama nilivyoelekezwa na Joram," akaongeza akiinama kumgusa Joram ambaye alilala kwa utulivu mkubwa. "Inspekta, Joram hawezi kutibiwa hapa. Tena ningekuomba apelekwe Muhimbili mapema iwezekanavyo. "

"Kwa nini? Daktari wangu..." Kwame alijaribu kusema.

Alikatizwa na Kombora ambaye alifoka kwa Kiingereza.

"Shut up!" akawageukia wasaidizi wake na kuwaamuru wamchukue Joram mara moja.

Sura ya Nane

Fahamu zilipomrejea, Joram alifumbua macho polepole na kuyafumba mara moja kwa kushindwa kustahimili nuru ambayo aliona kali mno. Alipoyafumbua tena, alifaulu kutazama pande zote. Kitu cha kwanza alichokiona ilikuwa kofia ya kipolisi, ikiwa juu ya kichwa cha mtu mwenye mavazi ya kipolisi aliyesimama kando akimtazama. Huyo alikuwa mmoja kati ya polisi wanne waliokuwa chumbani humo silaha mikononi. Kisha, Joram aliweza kuwaona daktari na nesi ambao walikuwa wakimhudumia.

Baada ya kutazama sana aligundua kuwa alikuwa katika chumba maalum katika hospitali ya Muhimbili. Joram akiwa mtu asiye na mazoea ya kufika hospitali kwa miaka, hilo lilimshangaza sana.

"Nini kinatokea? Niko hapa kwa nini?" akauliza.

"Pole sana bwana Kiango," daktari alimjibu. "Pumzika kidogo umsubiri Inspekta Kombora ambaye yuko nje akisubiri kuzungumza nawe. Kabla hajafika huruhusiwi kuzungumza lolote."

"Kwa nini?" Joram alihoji. Lakini mara akarudiwa na matukio yote ya muda mfupi uliopita. Akakumbuka kuwa alikuwa mbele ya umati wa wauawaji wenye dhamira ya kumwaga damu na kupoteza uhuru wa wananchi usiku wa leo. Akakumbuka pia kuwa katika juhudi zake za kuwazuia ndipo alinusa harufu ambayo bila shaka ilitoka katika mitambo ya Kwame, ikamtia usingizi. Baada ya hapo, hakusikia lolote isipokuwa hisia tu, kama ndoto alisikia majadiliano ya haraka haraka kwa sauti za hofu baina ya watu hao waliochanganyikiwa. Yaliyofuata hakuyafahamu.

"Ndiyo!" akafoka ghafla akiitazama saa yake na kuona ikikaribia saa nane za mchana. "Yuko wapi Kombora?" akawageukia askari, "Mwiteni haraka."

Haikuwepo haja ya kumwita. Wakati huo huo, Kombora aliingia.

Baada ya kupokea saluti kutoka kwa askari hao akawataka kusubiri nje. Daktari na msaidizi wake pia waliombwa kutoka.

"Ndiyo bwana Joram. Kwanza nikupe pole kwa yote yaliyokupata.

Kisha nitakuomba unifafanulie kwa niaba ya jeshi zima la polisi ni kitu gani kinachotokea," alisema akiketi kitandani.

"Kitu kinachotokea? Nadhani sijakuelewa vizuri Inspekta," Joram alimjibu. Alipoona upinzani katika macho ya Kombora aliongeza haraka, "Sivyo. Nina maana kuwa nitapenda kufahamu yepi unafahamu na yepi yamenifanya niwe hapa Muhimbili chini ya ulinzi mkali wa polisi badala ya kuwa mahala fulani huko ahera au peponi. Ilikuwaje hata ukafaulu kuniokoa?"

"Yametokea mengi zaidi ya kukuokoa Joram," Kombora alisema akitoa sigara na kumpa Joram moja. "Mengi mno. Nikianza mwanzo kabisa ni kwamba nilipokea simu kutoka kwa msichana wako, kama alivyodai yeye, kuwa mtu anauawa katika ofisi ya Kwame. Nikaenda mara moja na kukuta wewe umezirai na bastola ambayo imemwua yule mtu tuliyekuwa tukimsaka kama kunguni, Bazile Ramadhani."

"Bazile amekufa! Umemwona!..." Joram alihoji kwa mshangao.

"Ndiyo. Kwani hukumwua wewe?..."

"Mimi!"

Kombora akatikisa kichwa na kuendelea, "Hilo ni jingine katika mengi ya kutatanisha katika mkasa huu. Jingine ni matukio yaliyotokea pindi tukikuleta hapa. Ulikuwa katika gari aina ya *Landrover* iliyokuwa ikiendeshwa na askari wangu. Msichana wako alikuwa katika gari hiyo pia. Gari hiyo ilipokuwa ikimaliza barabara ya Morogoro iingie mtaa wa Umoja wa Mataifa iligongwa makusudi kabisa na gari nyingine aina ya *Landrover*. Wewe kwa kuwa ulikuwa umelazwa kwenye kiti hukudhurika. Dereva wangu ameumia kidogo. Lakini msichana wako ..."

"Neema! Tafadhali Inspekta! Usiniambie kuwa Neema amekufa!" Joram alidakia.

"Hakufa, ila..." "Ila?" "Ametoweka."

"Ametoweka? Sijakuelewa Inspekta,"

"Kwa kweli ni tukio la kutatanisha. Mimi nimefika katika eneo la ajali dakika nne tu baada. Nimekuta watu wakishughulika. Nikaambiwa kuwa teksi moja imejitolea kumchukua Neema na dereva wa gari iliyogonga ambaye hakuumia sana. Kwamba imewaleta hapa hospitali. Lakini tumekwisha kagua hospitali nzima bila dalili yoyote ya Neema wala huyo dereva.

"Jambo la kutisha zaidi ni barua hii fupi ambayo imeokotwa katika chumba hiki pindi ukitibiwa. Imeandikwa jina lako."

Joram akaipokea na kuifunua. Iliandikwa kwa mashine, wino mwekundu, ikisema:

Mpendwa Joram,

Nakuonya usifunue mdomo kwa yeyote kusema lolote. Vinginevyo kesho utaamka hapo kitandani na maiti ya mpenzi wako.

Rafikio Joe Kileo.

Baada ya kuisoma, Joram alimgeukia Kombora. Ingawa alijitahidi kuficha mshtuko uliompata kwa habari hiyo, hakufanikiwa kumfanya Inspekta Kombora asihisi mteremo katika sauti yake aliposema, "Endelea, mzee."

"Nadhani sina zaidi," Kombora alimjibu. "Labda naweza kusema kuwa nina mashaka na mtu huyu anayeitwa Kwame. Vitendo na maneno yake vinaonyesha kuwa anajua mengi kuhusu mkasa huu. Kifo cha Bazile bado kinatatanisha. Barua hiyo kwako inaongeza uzito katika mashaka yangu. Kwa ajili hiyo, nimewapa wapelelezi kadhaa kazi ya kuchunguza mienendo ya Kwame na kuniletea taarifa mara kwa mara. Inashangaza ripoti zote zinaposema kuwa yuko katika hali ya kawaida na anaendelea na shughuli zake kama kawaida baada ya kutoka mara moja kwenda Salamander ambapo amepata kahawa na kuzungumza na watu wachache juu ya "mkasa" katika ofisi yake. Sasa hivi inasemekana yumo ofisini mwake kama kawaida ingawa katibu wake hajapatikana."

Hayo yalizidi kumfumbua Joram macho. Akaipata picha kamili ya yote yaliyokuwa yametukia. Akaelewa kuwa baada ya jaribio

95

la Kwame la kumwua kwa gari kukwama, aliona hatari ya Joram kueleza polisi ukweli na ndipo akamteka Neema na kuleta waraka huu ili kumtisha asiendelee na mipango yake ya hatari.

"Hivyo ndugu Joram," Kombora alikuwa akiendelea kueleza, "kadri ninavyokufahamu, natumaini hutakuwa tayari kutii waraka huo ambao unakusudia kuyaweka mapenzi mbele ya jambo la hatari kama hili. Utakuwa mwanamume kama ulivyo na kueleza kwangu yote unayofahamu ili tushirikiane kuyaokoa maisha ya mpenzi wako pamoja na ..."

"Neema si mpenzi wangu," Joram alitamani kufoka hivyo, lakini alijizuia. Ingemchukua muda mrefu mno kumfanya Kombora na watu wengine waelewe kuwa uhusiano wake na Neema ulikuwa wa kikazi tu. Muda ambao hakuwa nao kabisa. Kwa sasa, alifikiria jinsi Kwame alivyokuwa akiendelea na mipango yake bila hofu yoyote akiamini kuwa iwapo majasusi wake walifaulu kuleta barua hiyo kwa siri wasingeshindwa kumwua. Bila shaka walidharau wakijua kuwa muda waliokuwa nao ungetosha kuwawezesha kutawala nchi. Aliwaza pia kuwa huenda wameacha vifaa vyao ambavyo sasa vinapeperusha kila neno linalotamkwa chumbani humu hadi masikioni mwa Kwame kama alivyowafanyia polisi. Hivyo, Joram alimkatiza Kombora kwa kumjibu akisema, "Siwezi kutishwa na kujibarua kama hicho Inspekta. Wewe wanifahamu vyema. Kwa bahati mbaya sifahamu lolote kinyume cha ukweli ulivyo."

"Ukweli upi?" Kombora alihoji kwa mshangao. "Unataka kusema kuwa ni wewe uliyemwua Bazile?"

"*Oh, Yes,*" Joram alidakia. "Hatukufahamu kama mwuaji Joram."

"Kwa hiyo tangu leo mmenifahamu kuwa sishindwi kutumia bastola yangu kwa mwuaji kama yule. Kama unataka kunitia kizimbani kwa kosa hili niambie."

Kombora akaonekana kuchanganyikiwa, "Acha uoga Joram. Mapenzi..."

"Tafadhali Inspekta. Suala la mapenzi yangu kwa Neema halikuhusu," alijitia ukali.

Wakati huo mikono ya Joram ilitambaa polepole mwilini mwake akipapasa alikoficha silaha zake za siri, kamera ndogo pamoja na kanda ya kunasia sauti. Akatabasamu kwa furaha kuona vitu hivyo pamoja na misukosuko yote, vilikuwa salama katika mifuko yake ya siri.

Akavitoa na kumpa kombora huku akimfanyia ishara ya kutosema lolote. Kombora alivitazama kwa mshangao, lakini akavifahamu mara moja na kuvidaka kwa furaha.

"Kwa hivyo bwana Kombora maadamu nimepata nafuu naomba uniruhusu nijipumzishe. Kama maswali nitayajibu kesho. Siwezi kuihama nchi usiku mmoja."

Kombora, akiwa kamwelewa Joram, alijitia kubisha kidogo.

"Mpenzi wako?"

"Suala lake niachie mwenyewe. Kesho nitampata."

"Sikujua kuwa u mwoga hivyo Joram. Lakini sina budi kukwambia kuwa tuna mashaka. Polisi itafanya kila njia kupata ukweli. Nawe utahesabiwa kuwa mwenye hatia kwa kuficha habari."

"Kesho Inspekta, tafadhali," Joram alijibu akiinuka na kutoka.

Ndio kwanza akagundua alivyodhoofika. Mwendo wake ulikuwa wa kujikongoja hadi nje ya chumba ambapo alisimama kwa muda akikusanya nguvu.

* * * *

"Umesikia?" Kwame alitabasamu, macho yake ambayo dakika chache nyuma yalimtazama mwenzi wake kwa hasira ya kutisha kidogo yalikuwa yameisahau hasira hiyo, ingawa yaliendelea kutoa nuru ya kuogofya. "Umesikia mwenyewe Joram akikiri kuwa amemuua Bazile. Hawezi kuwa mjinga na kukubali kumpoteza msichana mzuri kama yule kwa ajili ya mabadiliko tu ya serikali. Atakachofanya ni kuwazungusha hadi kesho. Na kesho hiyo..."

"Simwamini hata chembe kijana yule. Ana hila za ajabuajabu," mwenzi wake alikanusha. "Aweza kuwa sasa hivi anabuni jambo jingine la kututia mikononi."

Kwame akaukunja uso wake, "Uoga wa aina hiyo siupendi kabisa bwana Matata," alifoka. "Kama huniamini wala kuwaamini wataalamu, matajiri na watu mashuhuri walioandaa mipango yote hii, tamka mara moja ili tukuondoe katika orodha yetu. Na nafikiri sina haja ya kukumbusha adhabu ya mtu anayevunja kiapo cha hatari kama hiki. "

"Sio hivyo bwana Kileo. lla..."

"Ila nini?" alifoka tena. Kisha akaishusha sauti yake akisema "Joram yumo mikononi mwetu. Si kwa kuwa tunaye msichana wake tu, bali pia makachero kadhaa wako nyuma yake. Wakati wowote watakapoarifu kuwa anaelekea kwenda kinyume cha matakwa yangu atakula risasi. Kumwachia hadi sasa ni pamoja na hamu yangu ya kutaka kuona hayo machachari yake hapo kesho wakati tutakapo kuwa Ikulu, nchi ikiwa chini ya miguu yetu."

Kimya kifupi kikafuata.

Kwa hiyo, bwana Matata, sikuiona kabisa sababu ya wewe kurejea hapa kwa ajili ya kule kusikia tu ati Joram amenusurika katika ajali ya gari. Nakupa amri ya mwisho kuondoka hapa. Na nakuomba tusionane tena hadi kesho tutakapokutana Ikulu kuapishwa kama baraza jipya la mawaziri na baadaye katika ukumbi wa Karimjee au Kilimanjaro Hoteli kwa tafrija maalum. Sawa?"

"Sawa bwana..."

* * * *

Moto Matata alipowasili katika jengo la wizara yake alilisahau mara moja jina hilo na kuendelea katika jina lake halisi na hadhi yake katika wizara hii. Kama mtu mkubwa, alitumia lifti maalum ambayo ilimfikisha ghorofa ya nane ilikokuwa ofisi yake. Akautumia mlango wa pili kuingia ofisini mwake ambamo alijibwatika juu ya kiti na kuitazama saa yake. llisema saa nane na dakika ishirini. Masaa kadha wa kadha yalisalia kabla ya kutukia jambo ambalo lingebadili historia ya nchi. Matata alihofia sana muda huo wa kusubiri. Hakuwa na hakika kama anastahili kuendelea na mipango yake au atoroke nchini mara moja kama roho ilivyokuwa ikimshawishi. *"Utajiri hauji kwa starehe..."* alijikumbusha kwa taabu maneno ya Kwame. Kuyakumbuka huko kukamtia moyo hata kicheko kikamtoka na akasahau ndoto mbaya zilizomwandama usiku wa jana akijiona yuko kitanzini huku umati wa watu ukimcheka na kumsimanga. "Ndoto za uoga tu," aliwaza. "Kesho ni siku nyingine. Nitakuwa mtu mwingine; tajiri na mwenye matumaini na nafasi ya kuzidi kuwa tajiri na tajiri tena..."

Simu iliyomwunga na katibu wake ikakoroma ghafla. Akaiinua na kulitaja jina lake.

"Umerudi mzee?"

"Ndiyo Salome, lakini sijisikii vizuri, hivyo sitapenda kusumbuliwa kwa matatizo madogo madogo."

"Nimeelewa mzee, ila kuna huyu kijana hapa. Anadai kuwa ni lazima akuone kwa hali yoyote. Anasema mnafahamiana na kwamba ana hakika utafurahi kumuona."

"Amekutajia jina lake?"

"Ndiyo. Anajiita Joram Kiango."

"Nani?" Bwana mkubwa alinguruma katika simu kiasi cha kuyaumiza masikio ya katibu wake. Hakujua afanye nini. Hakujua kama alistahili kumwona au la. Akabaki kaduwaa na simu mkononi hana uwezo wa kumjibu Salome ambaye aliendelea kuongea upande wa pili.

Joram alimkuta katika hali hiyo.

"Nadhani nitasamehewa kwa kuingia kabla ya kibali chako mzee," Joram alisema kwa sauti yake tulivu akijiweka kitini bila kusubiri kukaribishwa. Nimeona nikutembelee mapema ili nishirikiane nawe kujadili maisha yako ya baadaye. Unasemaje mzee?"

Jibu halikusikika, hivyo Joram aliendelea, "Kitendo chako na wachache wenye nyadhifa kadha wa kadha serikalini, ambao mmethubutu kula njama dhidi ya taifa lenu, taifa changa, ambalo linakutegemeeni ninyi kuliokoa, ni kitendo cha aibu kubwa mno. Ni kitendo ambacho hakistahili kuyafikia masikio ya taifa hili ambalo lilikutegemea sana hata likakupa wadhifa muhimu kama huu. Hivyo nilichofuata hapa ni kukushauri tuondoke pamoja hadi ikulu kwa mtukufu Rais ambako utakiri madhambi yako yote na kumwachia jukumu la kuamua.

"Usijidanganye kuwa ndoto yenu yaweza kuwa kweli," Joram aliendelea. "Orodha yenu, picha zenu, maongezi yenu ya asubuhi ya leo na njama zenu zote sasa hivi ziko mikononi mwa wanaohusika. Kuchelewa kujitoa kutakufanya uaibike zaidi. La muhimu ni kwenda mwenyewe mbele ya Baba wa Taifa ambako utatubu na kukiri yote bila kusahau kuwa unahusika kwa kila hali katika mauaji ya watu wengi wasio na hatia."

Bwana mkubwa huyo alishindwa kujibu lolote, walao kumtazama Joram usoni. Baada ya muda mrefu alinong'ona kwa sauti ya aibu akisema, "Siwezi. Siwezi kumtazama Rais wala raia yeyote usoni. Tafadhali nenda zako nifikirie la kufanya."

"Fikiria bila kusahau kuwa mpango umeharibika," Joram alisema akiinuka na kutoka nje. Akamuaga katibu na kutoka hadi mbele ya lifti ambapo alibonyeza kidude cha kuteremkia. Lifti ilipofika, aliteremka hadi chini.

Mlango wa lifti ulipofunguka masikio ya Joram na abiria wote waliotoka ndani ya lifti hiyo yalidakwa na kelele za ghafla zilizotoka katika umati uliokuwa ukijaa haraka haraka chini ya jengo hilo la wizara. Joram akawa mmoja kati ya watu waliokimbilia sehemu hiyo kutazama kinachotukia. Lilikuwa jambo la kutisha kuliko alivyotegemea. "Bwana mkubwa," ambaye alikuwa akiongea naye muda mfupi tu uliopita alikuwa kalala chali akivuja damu nzito kutoka katika majeraha ya kutisha ya kichwa kilichoonekana kufumuka, miguu iliyovunjika na kiuno ambacho kilionekana kuvunjika kabisa.

"Nimemwona akijitupa mwenyewe toka dirishani," alidai mtu mmoja.

"Mimi pi…"

Joram akaitazama saa yake na kuondoka mahala hapo kwa mwendo wa haraka. Mbele kidogo, alipungia teksi na kumwelekeza dereva wapi alihitaji kupelekwa. Ilimfikisha kwa muda mzuri. Joram akatelemka na kuiendea ofisi aliyohitaji ambamo aliomba kuonana na "Afande mkubwa zaidi."

Akaelekezwa kwenye ofisi yake.

Alimkuta afande huyo kabadilika kabisa kwa magwanda ya kijeshi yenye nyota nyingi mabegani kinyume kabisa cha yale ya kiraia aliyovaa katika mkutano wao wa siri. Afande huyu alimtazama Joram mara moja na kujikuta akishikwa na hofu kubwa. Ghafla, akasahau furaha aliyokuwa nayo muda mfupi alipokuwa akiwaza kesho itakavyokuwa siku tofauti mno kwake. Siku ambayo itamkaribisha katika dunia ya kutumia bila hofu ya kuishiwa, dunia ya kumchukua msichana yeyote amtakaye bila kuogopa sheria wala wazazi wake, dunia ya yeye kuwa na amri juu ya kuishi na kufa kwa mtu yeyote katika nchi hii. Naam, dunia itakayomweka hadharani, kila mtu akimtetemekea. Alikuwa akisubiri masaa yatimie ili atimize wajibu wake kuikaribisha dunia hiyo. Katika muda huo wa kusubiri, hakutegemea kabisa kuonana na kijana huyu aliyeketi mbele yake akivuta sigara na kutabasamu kisirisiri.

"Nani wewe? Na wataka nini hapa?" akajitia kuuliza.

"Tunafahamiana sana afande. Nadhani huwezi kusahau kuwa muda mfupi uliopita tulikuwa wote katika mkutano fulani. Kwa jina naitwa Joram Kiango."

"Sikufahamu. Wala siufahamu mkutano huo."

"Labda," Joram alimjibu. "Lakini naamni utaufahamu vizuri.

Baada ya muda mfupi polisi watakapokutia pingu na kukuhifadhi hadi kesho ambapo picha yako na wenzako mkiwa mkutanoni zitakapotolewa gazetini na maongezi yenu kusikika katika redio Tanzania. Ama hukufahamu kuwa kilichonileta mbele yenu ilikuwa kupata picha hizo?"

"U mtu hatari usiye na shukrani hata chembe," Joram alifoka.

"Wadhifa ulionao ni mzito. Mamilioni ya Watanzania wangeweza kuumudu wadhifa huo lakini taifa limekukabidhi wewe. Ili ulilinde. Ili uwe mstari wa mbele kulinda siasa na maslahi yake. Lakini wewe unageuza silaha walizokupa wao kuwaangamiza. Unashiriki katika mikataba ya kupokonya maslahi yao. Huoni aibu kuuza wananchi. Aibu ilioje! Kwa kweli hustahili kuishi."

Afande huyo akainua uso na kumtazama Joram kwa hasira, "Toka nje bwana mdogo," akafoka. "Toka, vinginevyo nitakudhuru."

"Lazima nikueleze kwanza nilichokusudia..."

"Toka. Toka," akafoka.

"...Kwamba taifa hili si zizi la ng'ombe ambalo mtu yeyote anaweza kuligeuza raslimali yake kwa faida yake binafsi na mabwana zake."

"Toka!"

"Na..."

"Toka." Safari hii "afande" alikuwa na bastola mkononi. Bastola aliyotoa ndani ya mtoto wa meza. Ilimwelekea Joram kifuani. "Toka. Vinginevyo nitakuua."

Sauti yake iliwavuta wengi. Wakaja na kuduwaa mlangoni wakiwa hawayaamini macho yao kuona mkubwa kaielekeza bastola kwa raia ambaye alionekana hana hatia wala hofu.

"Kifo changu kitaongeza uzito wa madhambi yenu juu ya damu nyingi zisizo na hatia ambazo mmemwaga. Hakitaleta mabadiliko yoyote wala kufanikisha mipango yenu ya kishetani..."

Mara mlipuko wa bastola ukasikika. Kila mtu alifumba macho kwa miali ya mlipuko huo. Walipoyafunua, walimwona bwana mkubwa kasahau kiti chake na kukaa chini, kainamisha kichwa ambacho kilikuwa kimefumuka kwa risasi hiyo. Bado, mkono wake uliishikilia bastola hiyo iliyotimiza wajibu.

Umati ulipiga kelele za hofu na mshangao. Joram aliacha umati huo katika hali hiyo na kutoka nje ambako alipata shida kidogo kupata usafiri. Watu wote walikuwa wakikimbia kufuata mlipuko huo. Joram akapishana nao hadi nje ya eneo hilo ambako alijipatia usafiri.

Safari ilimfikisha katika wizara nyingine. Akaifuata ofisi ya Mtu Mkubwa moja kwa moja na kuomba kumwona.

"Huwezi kumwona Mtu," katibu alidai. "Amepata habari mbaya. Hana hali nzuri kuweza kuonana na mtu yeyote."

"Habari ipi?"

"Ya kifo. Bwana Mkubwa serikalini kafa na alikuwa rafiki yake mkubwa."

Joram akashangaa habari zinavyosafiri haraka haraka. Ni hicho alichohitaji. Genge hilo la hatari lifahamu kuwa limefahamika na limevunjika. Mipango yao isiweze kuendelea. Joram akatabasamu huku akigeuka ili aondoke zake. Lakini mara hamu ya kuuona uso wa mtu mkubwa baada ya habari njema kama hiyo ikamshika. Akamgeukia katibu wake na kumwambia: "Nataka kumwona. Ni lazima nimwone. Siwezi kuondoka bila kumfariji. Mimi ni rafiki yake pia."

Alipoona achelewa kuruhusiwa, alijielekeza mlangoni na kuuendea. Akagonga mara moja na kufungua. Alimkuta bwana mkubwa kasimama nyuma ya meza mkono wake ukizungusha namba za simu, mkono wa pili ukiwa umeshika shavu. Mkono uliokuwa kwenye simu ulisita ghafla mara macho yake yalipokutana na yale ya Joram ambaye alikuwa akitabasamu.

"Pole mzee,"

"Nani wewe? Joram!" Mtu Mkubwa alifoka. "Tafadhali toka nje ya ofisi yangu."

"Ndiyo," Joram alimjibu." Lakini si kabla ya kukukumbusha kuwa wenzako wametangulia kwa heshima kidogo. Hawatawajibika kutazamana na umati ambao utajaa mahakamani kukutazama kwa mshangao wewe na wenzako pindi mkijibu maswali ya Jaji Mkuu. Wala hawataning'inia juu ya kitanzi na kufa polepole huku wakijutia uroho wao na utovu wa shukrani ambao umekufanyeni kuwa fisi mbele ya kondoo badala ya wachungaji. Aibu iliyoje kuwa na kiu ya utajiri kiasi hicho? Pole tena Mtu Mkubwa."

Mtu huyo alimtazama Joram kwa macho yenye mchanganyiko wa hasira na aibu. Kisha aliutia mkono wake katika mfuko wa koti na kutoa pakiti ya vidogo vidogo vya usingizi ambavyo alivimimina mikononi na kuvitupia kinywani. Alipohakikisha amevimeza alimtazama tena Joram na kusema, "Siwezi kukubali kuitazama jamii... Siwezi..." Macho yake yakaanza kubadilika. Akajibwatika chini akisahau kiti na kuketi sakafuni huku akijaribu kuyafumbua macho yake kwa juhudi kubwa. Hakufaulu. Mara akayafumba na kutulia.

Joram alifahamu kuwa huo ulikuwa usingizi ambao usingeisha.

"Kifo cha amani kuliko alivyostahili," aliwaza akitoka zake polepole na kumtupia katibu "kwa heri" bila ya kumtazama usoni.

Nje ya jengo hila Joram alisita na kuwaza kwa furaha. Nusu ya kazi ilikuwa imekwisha. Mizizi mingi ilikwishang'olewa. Uliosalia ni ule mzizi wa shina; mzizi wa fitina; Kwame au Joe Kileo. Huyu alikuwa mtu hatari na bado alikuwa na Neema tayari kumdhuru endapo angejua mambo yanamwendea kombo. Hivyo, alihitajiwa kupatikana haraka, katika hali ya uangalifu zaidi. Hali ambayo Joram alihitajika kuwa mkamilifu kwa kila hali. Kwa bahati mbaya hakuwa na silaha zozote za haja mfukoni zaidi ya visu kadha vilivyohifadhiwa katika mfuko wa siri. Lakini kwa ajili ya haja kubwa ya kumpata Neema akiwa hai bado, Joram alijikuta ndani ya teksi akiliendea jengo la *Snow Fund*.

Gari liliposimama, Joram aliruka nje na kujikuta akitazamana Inspekta Mkwaju ana kwa ana. Kombora alikuwa na bastola wazi mkononi, nyuma yake, askari sita wenye bunduki aina ya *Sub-Machine Gun* wakimfuata kwa uangalifu.

"Joram," Kombora aliita kwa nguvu alipomwona. "Umekuwa wapi muda wote huu? Kijana, nasikitika muda hautoshi kuweza kuzungumza mengi. Lakini kwa ufupi tu safari hii ulichogundua ni kitu kizito ambacho kingeifanya nchi hii ama igeuke dimbwi la damu ama iwe zizi ambalo mchungaji ni fisi mwenye njaa."

"Nami nasikitika pia Inspekta kuwa umegundua mapema kuliko nilivyotaka," Joram alimjibu. "Ningependa kukamilisha kazi hii peke yangu kwa faida ya watu ambao wengi wao wana vyeo vikubwa serikalini. Nilikuwa nikiwaonea aibu au huruma kuwafanya wasimame mbele ya wananchi waliowaanini madaraka hayo na kukiri madhambi yao. Kwa bahati umeniwahi. Hata hivyo wengi wamekwisha fuata njia inayowastahili. Wamejua wenyewe. Utapata taarifa kamili baada ya muda mfupi."

"Kadhalika, huko Kigamboni iko nyumba moja ambamo amelala marehemu asiye na hatia, Komba ambaye ndiye hasa aliyesaidia siri hii ya hatari kutoka nje. Ameuawa na jambazi la hatari ambalo bado liko hai katika nyumba hiyo hiyo. Nimelifunga vizuri. Halina nafasi ya kutoroka. Mara tu upatapo nafasi, nitapenda kupata askari ambao nitawaelekeza katika nyumba hiyo. Napenda Bon afe kwa kitanzi."

"Kwa nini Joram?" Kombora akafoka. "Kwa nini hukusema mapema? Anaweza kutoroka!" Kisha akajisahihisha kwa kusema polepole, "Kweli, haikuwepo nafasi. Tuombe Mungu nimkute hai. · Atajuta kuzaliwa. Sasa ni kumwingilia huyu kiongozi wao, Kwame."

"Kwame ni mtu hatari sana," Joram alikumbusha tena. "Na bado anaye Neema mikononi mwake. Bila shaka yumo katika jengo hili hili. Nadhani utahakikisha usalama wa Neema Inspekta."

"Usitie shaka."

"Wakaanza kuingia ndani wakiwapita wafanyakazi wa ofisi hiyo ambao kwa muda mrefu, walikuwa wamechanganyikiwa kwa matukio ya kutisha ambayo yalikuwa yakiitukia ofisi hii kutwa nzima. Waliduwaa juu ya viti vyao au wima wakimtazama Kombora, Joram na askari wote ambao waliingia na kuiendea ofisi ya Mkurugenzi Mtendaji.

Hana nafasi ya kutoroka," Kombora alimnong'oneza Joram.

"Jumba hili limezingirwa kila upande. Askari wengine wako juu ya paa. Sijui atatokea wapi."

"Usisahau usalama wa Neema Inspekta, Joram aliasa tena. "Kwa kweli kazi hii ningependa kuifanya mwenyewe. Sina imani sana na askari wako..."

Kombora alimkatiza Joram kwa kumwambia, "Neema atatoka salama. Askari wote wameonywa waangalie sana risasi zao zisimguse msichana wako walao unywele. Natumaini watafanya kazi nzuri. Nimechagua wale ambao ni hodari kwa shabaha tu."

Wakaifikia ofisi ya Kwame. Waligonga mara kadhaa bila jibu.

Kombora akaita kwa nguvu ingawa alijua mlango huo ulikuwa maalum kwa kutoruhusu sauti kutoka nje. Alipochoka, aliielekeza bastola yake katika kitasa na kuifyatua. Risasi ya 45 maalum kwa polisi haikusita kutimiza wajibu. Chumba walikikuta kitupu, Kombora akatoa macho ya mshangao. Lakini Joram alizunguka nyuma ya meza na kuchungulia hapa akishika pale, mara sakafu ikafunguka na kuacha mwanya wenye ngazi 'iliyoelekea chini. Kombora akawa wa kwanza kuifuata. Joram alifuatia akifuatiwa na askari.

Huko chini walijikuta katika ukumbi wenye vyumba vingi. Vyumba vyote vilikuwa vimefungwa. Risasi ya bastola ya Kombora ikavifungua vyote. Waligundua mengi; akiba ya silaha, nyaraka za siri na madawa aina aina. Ni katika chumba cha mwisho walimopata kitu walichokuwa wakihitaji. Walimkuta Kwame kashika bastola mkononi mbele ya msichana aliyeketishwa sakafuni, nusu uchi kwa jinsi mavazi yake yalivyotatuka katika hali ya kuadhibiwa sana.

"Neema!" Joram alipiga kelele.

"Neema, ndiyo," Kwame aliwajibu akitabasamu kifedhuli. "Ni mpenzi wako. Lakini endapo unampenda, waambie rafiki zako wote pamoja na mkubwa wao anayejiita Inspekta warudi walikotoka haraka. Mimi na wewe pamoja na mpenzi wetu tutaondoka pamoja hadi nje ya jiji ambapo nitakupeni uhuru wenu nami nichukue uhuru wangu."

Kwame alichukua uamuzi huo baada ya kupata taarifa ghafla ikimfahamisha kuwa Joram alikuwa ametoweka machoni mwa walinzi wake. Taarifa hiyo ilifuatwa na habari za vifo vya washiriki wenzake pamoja na kuambiwa kuwa askari walikuwa wakiizingira ofisi yake ndipo akawa hana njia zaidi ya hiyo.

Kombora akamgeukia Joram kwa mshangao. Alitegemea madhara, lakini hakutegemea madhara hayo yawe katika hali hiyo. Hakutegemea kumkuta Kwame akiwa na bastola mkononi ikimtazama msichana asiye na hatia na ambaye ametoa mchango madhubuti kuiokoa nchi katika madhara ya mtu huyo. Msichana mzuri, Neema Iddi. Wakati huo huo, hakuwa tayari kuacha mtu huyo anusurike mbele ya macho yake mwenyewe hasa baada ya kuziona picha alizofotoa Joram pamoja na kusikiliza kanda ambayo ilinasa mengi yanayotosha kuwa ushahidi kamili dhidi ya watu hawa waovu.

"Labda hunifahamu vyema Inspekta," Kwame alimjibu baada ya tabasamu jingine la kebehi. "Mwambie, Joram. Mwambie mimi ni nani. Nadhani wewe wanifahamu zaidi yake."

"Nakufahamu sana," Kombora alijibu. "Wewe ni jasusi mkubwa uliyepewa jukumu la kuharibu siasa na uchumi wa nchi hii kwa njia yoyote. Umefanikiwa kuwalaghai watu kadhaa kwa vishawishi vya kishetani na kupanga kuangusha utawala halali wa nchi hii usiku wa leo:'

"Kumbe wafahamu..." Kwame alijibu.

"Kwa bahati mbaya bwana Kwame au Joe Kileo mipango yako yote imeharibika. Utakachofanya ni kujitoa kwetu ili uwekwe mahabusu kusubiri hukumu kwa makosa yako yasiyohesabika. Umemwaga damu zisizo na hatia. Umethubutu kula njama dhidi ya nchi na wananchi. Umesababisha fujo na ghasia. Kwa kweli unastahili kula kitanzi Kwame. Ni hapo mabwana zako watakapofahamu kuwa nchi hii si uwanja wa mpira ambapo wanaweza kutegemea wapendavyo," Kombora aliendelea kufoka.

"Kumbe wanifahamu Kombora!" Kwame alijibu akitabasamu tena kifedhuli. "Kwa bahati mbaya siwezi kushikwa nanyi. Nitaondoka na msichana huyu hadi nje ambako nitaamua wapi nielekee. Mkinilazimisha nitakubali kufa, lakini si kabla ya kuhakikisha bastola hii inaifumua sura nzuri ya msichana huyu. Nadhani hutapenda kushuhudia hilo mtukufu Inspekta Kombora. Na Joram? Utafurahi mpenzi wako asulubiwe mbele yako?"

Wote walizidi kuchanganyikiwa. Joram alisaga meno kwa hasira. Lakini hakuona lipi afanye lipi aseme katika hali hiyo.

Ingawa bastola ya Kwame ilikuwa ikimwelekea Neema, lakini macho na mawazo yake yalikuwa kwa umati huo uliomzunguka silaha zao zikimtizama kwa uchu. Hivyo, hakuona wala kutegemea pindi Neema alipoinuka ghafla na kuachia pigo kali la karate ambalo lilifanya bastola hiyo ipae angani. Wakati huo huo bunduki zote zilifyatuka na risasi saba kuuteketeza kabisa uso na kifua cha Kwame. Alikufa kabla hajatua chini. Hakuwa na haja ya kupapatika.

"Neema!" Joram aliita kwa nguvu akimkimbilia na kumwinua pindi alipoanguka kwa mshindo wa bastola. Alikuwa hai..., hakuwa na jeraha... "Neema!" Joram aliita tena akimkumbatia kwa nguvu.

Printed in the United States
By Bookmasters